वारंवार कुरुक्षेत्री येताती मनुष्ये

मकरंद साठे यांचे इतर प्रकाशित साहित्य

कादंबरी
अच्युत आठवले आणि आठवण (२००३)
ऑपरेशन यमू (२००४)
काळे रहस्य (२०१५)
गार्डन ऑफ ईडन ऊर्फ साई सोसायटी (२०१९)

नाटक
घर / वाढदिवस (१९८७)
चारशे कोटी विसरभोळे (१९८७)
ठोंब्या (१९९७)
सापत्नेकराचं मूल (१९९७)
सूर्य पाहिलेला माणूस (१९९९)
चौक (२००५)
गोळायुग (२००७)
ते पुढे गेले (२००७)
आषाढबार (२०१७)
रोमन साम्राज्याची पडझड (२०१८)
ऐसपैस सोईने बैस (२०१८)

ललितेतर
जागतिकीकरण आणि सांस्कृतिक अस्मिता (२००३)
मराठी रंगभूमीच्या तीस रात्री : खंड १ ते ३ (२०११)
मकरंद साठे : निवडक निबंध-१ (२०१८)
मकरंद साठे : निवडक निबंध-२ (२०१८)

वारंवार कुरुक्षेत्री येताती मनुष्ये

मकरंद साठे

पॉप्युलर प्रकाशन, मुंबई

वारंवार कुरुक्षेत्री येताती मनुष्ये
(म-१३२४)
पॉप्युलर प्रकाशन
ISBN 978-81-7991-991-0

VARANVAR KURUKSHETRI
YETATEE MANUSHYE
(Marathi : Novel)
Makarand Sathe

पहिली आवृत्ती : २०२०/१९४१

मुखपृष्ठ : संदीप देशपांडे

प्रकाशक
हर्ष भटकळ
पॉप्युलर प्रकाशन प्रा. लि.
३०१, महालक्ष्मी चेंबर्स
२२, भुलाभाई देसाई रोड
मुंबई ४०० ०२६

अक्षरजुळणी
ऑलरिच एन्टरप्रायझेस
माहीम, मुंबई ४०० ०१६

मुद्रक
रेप्रो बुक्स लि.
लोअर परेल, मुंबई ४०००१३

कुठल्याही औपचारिक शिक्षणाविना
जिला विलक्षण शब्दकळेची देणगी लाभली होती,
जी प्रतिभावंत होती आणि
जिला स्वतंत्र बुद्धी लाभली होती,
जिने आयुष्यभर संसाराचा भार उचलत असतानाच
जहाल स्त्रीवादी आणि निसर्ग कविता लिहिल्या,
आणि माझ्यावर आतोनात प्रेम केले,
त्या माझ्या आजीच्या,
मनकर्णिका जोग
हिच्या स्मृतीस

'वारंवार कुरुक्षेत्री येताती मनुष्ये' या मकरंद साठे लिखित आणि दिग्दर्शित दोन अंकी नाटकाच्या अभिवाचनाचा पहिला प्रयोग शनिवार, दि. ५ ऑक्टोबर, २०१९ रोजी, ज्योत्स्ना भोळे सभागृह, पुणे येथे सादर करण्यात आला.

निर्मिती : महाराष्ट्र कल्चरल सेंटर

निर्मिती सहाय्य : सिद्धान्त बासुतकर आणि
अमोल टापरे

ध्वनिसंयोजन : सागर डहाळे

वेशभूषा : रश्मी रोडे

मीडिया डिझाइन : संदीप देशपांडे

संगीत : स्वप्नील कुलकर्णी

प्रकाश योजना : अतिश वाघ

विशेष आभार : नाटक कंपनी

कलाकार

गजानन : अश्विनी गिरी / सविता प्रभुणे

ओंकार गोवर्धन : किरण यज्ञोपवीत

धीरेश जोशी : दिलीप जोगळेकर

स्वप्नील कुलकर्णी : गौरी देशपांडे

अक्षय वाटवे : वरद साळवेकर

रोहित पेठकर : प्रभाकर मठपती

अंक पहिला

[रंगमंचावर प्रचंड महाभयानक महाभारतीय युद्धानंतरच्या रणांगणाचे – कुरुक्षेत्राचे – दृश्य. इतस्ततः प्रेते पडली आहेत. कुत्रे, कोल्हे त्यांना खाण्याच्या प्रयत्नात. जखमींचे विव्हळण्याचे आवाज. स्त्रिया आणि काही मोजके वृद्ध प्रेतांमध्ये आपापले सुहृद शोधण्याच्या प्रयत्नात. या भयानक पार्श्वभूमीवर कोरस – कोरसची चाल सामवेदाच्या ऋचा ज्याप्रमाणे तीन स्वरांच्या मेळात म्हटल्या जातात त्याप्रमाणे–]

कोरस : वारंवार कुरुक्षेत्री येताती मनुष्ये
नीतिप्रश्नांची काखोटी मारोनी धनुष्ये

तरीही उद्‌भवती प्रश्न तेच नाना प्रसंगी
वारंवारिता असे पण अर्थ बदलती
वेगवेगळ्या संदर्भी येती क्षण कसोटीचे
अर्थ लागती वेगळे त्याच प्रश्नांचे

महाभारत नावाचा सांगति इतिहास
महायुद्धाचा पहिला तो सायास
नैतिक अभिनिवेशी त्वेषाचा प्रयास

भिडल्या अनेक टोळ्यांशी टोळ्या
ठोकित कर्कश प्रचंड आरोळ्या
मारित माणसे जणु त्या चारोळ्या

म्हणती मेले अठरा अक्षौहिणी द्वापारयुगी
होती सहा कोट धराशायी कलियुगी
झगडा मानवाचा तथाकथित आदर्शाप्रती

अर्थ न उरे काहीही या जीवनी
भवती पडलेल्या प्रेतांच्या राशीमधुनी
व्यास आकांत करे हात उंचावुनी

[कोरसच्या मागे उंच स्थानी बसलेले व्यास आता त्या प्रेतांच्या राशींपुढे उभे राहून बाहू उंचावून म्हणतात–]

व्यास : आक्रंदून सांगत आहे मी दोन्ही बाहू उंचावून, पण कोणीच माझे ऐकत का नाही?
अर्थ आणि काम यांच्या मोहाबरोबरच किमान धर्माचरणाची बूज कोणीच राखत का नाही?

कोरस : तरिही काहींच्या हेक्याखातर ही
होतातची युद्धे वारंवार तीही
असोत टोळ्या वा आधुनिक राष्ट्रेही

मग अशी ही पडलेली
प्रेते सडून किडू लागलेली
रक्तमांसाच्या थारोळ्यामधुनी

फिरती शोधत आप्त मेलेले
वा त्यांचे हातपाय तुटलेले
अनंत विधवा आणिक मुले

[मागील बाजूस पांडव येऊन दुर्योधनाला शोधताहेत. त्यांना पाहून त्या प्रेतांमध्ये आपले आप्त शोधू पाहणारे लोक – मुख्यत्वेकरून स्त्रिया सैरावैरा पळू लागतात.

भीम काहींना अडवून 'दुर्योधन कोठे ते सांगा,' असे
दरडावतो. त्यांतील काही त्याचा आविर्भाव बघून मूर्च्छित
होतात.]

पांडव शोधति एक विशिष्ट जिवंत व्यक्ति,
प्रेतांचे ढिगारे उचकती थकलेले, तरीही उन्मादी
विजयी वीर उरलेले भोगण्या ही पृथ्वी

[एक गर्भवती स्त्री पांडवांना घाबरून एका प्रेताचा फक्त
एक तुटलेला हात उत्तरियात गुंडाळून धरून पळू जाऊ
लागते. ती नऊ महिन्यांची गर्भवती असावी त्यामुळे
तिच्या हालचाली त्या प्रेतभरल्या पार्श्वभूमीवर अधिकच
अवघडलेल्या. सूत्रधार तिला थांबवतो—]

सूत्रधार : थांब स्त्रिये, नको घाबरू. तुझ्या पाठी नाहीत ते.
धर्मनिर्णयार्थ, धर्मरक्षणार्थ मांडलेल्या या महाखेळातल्या
एका महत्त्वाच्या प्रसंगी,
शोधताहेत ते एका भिडूला, जो होता यांचाच संगी!
पांडव शोधताहेत दुर्योधनाला,
या धारणेने की तो प्रेतांत असेल दडलेला.
पण प्रेते... प्रेते... आणि प्रेतच इथे पडलेली,
सुजून किडून सडू लागलेली...
या अठरा दिवसांच्या भयानक नरसंहारानंतरच्या क्षणी,
अठरा दिवसांत अठरा अक्षौहिणी.
कसे अगदी सोपे हे गणित,
मानवांच्या जीवनखेळाचे हेच ते फलित!
(तिच्याकडे रोखून पाहत—) आणि हे काय तुझ्या
हातात?

गर्भवती : हात... माझ्या नाथांचा हात—
[ती थरथरते आहे. सूत्रधार किळस येऊन नजर वळवतो.]

सूत्रधार : काय ही भयानक अवस्था!... तुझे नाव काय गं मुली?...

[स्त्री उत्तर देत नाही. ती पूर्ण बावचळलेली. घाबरून पांडव गेले त्या दिशेकडे बघत आहे. एका हातात प्रेताचा हात घट्ट धरलेला. दुसरा हात पोटावर.]

सूत्रधार : असू दे मुली जे असेल ते असू द्यावे,
या प्रसंगी नावाला तरी काय महत्त्व असावे?
तू गर्भवती... तुझे नाव गर्भवती.
या मृत्युकांडाच्या पार्श्वभूमीवर उठूनही दिसतो हा अर्थ,
असला कितीही पोकळ तरीही वाटतो तो सार्थ.
असो... पण गर्भवती एक सांग आपले दुःख क्षणासाठी आवरून,
हा हात तुझ्या नाथांचाच कशावरून?

गर्भवती : (हात अधिकच घट्ट धरत–) हे उत्तरीय कशी विसरेन मी,
मीच विणलेलं ना ते, काय विचारता आहात तुम्ही!
विणकर आम्ही, कुशल जात आमची,
धागा कधी सुटणार नाही, पट कधी विस्कटणार नाही.
मग तो वस्त्राचा असो वा नात्याचा!
आणि हे नातं तर खास त्यातही,
हा हात मी कसा ओळखणार नाही?
विवाहकारणाने माझ्यासाठी वरसंशोधन चालू होते जेव्हा,
हीच तर विनंती केली होती मी तातांना तेव्हा.
जे हात कुरवाळणार माझ्या देहाचं फूल, नीट लक्ष देऊन बघा ते हात,
असे हात बघा जे फूल कुस्करणार नाहीत, जे पाकळ्या विस्कटणार नाहीत.
असा बघा विणकर जो असेल इतका कुशल,
अशा हातांचा कोमल–
आणि आज तोच हात... नाही, नाही,

हा हात मी विसरणं शक्यच नाही...
आणि त्यातून...
(ती प्रेताच्या हातावरची जखम कुरवाळते-)

सूत्रधार : त्यातून काय गर्भवती?

गर्भवती : ही जखम... कालची, ताजी...
काल, युद्धाच्या सतराव्या दिवशी साजरा करण्यासाठी
नव्याण्णव्वावा कौरव मारल्याचा क्षण,
अतिरथी अर्जुनाने केली होती रोषणाई सोडून अवकाशात
हजारो बाण.
मारले गेले शेकडो सामान्य सैनिक त्यात,
होता होता वाचला माझ्या नाथांचाही घात.
वाचले त्यातून ते थोडक्यात, पदरात घेऊन ही जखम,
काल रात्रीच शिबिरात वैद्यांनी दिलेली चूर्णे मी चोळली
होती इथे... अजूनही ओलसर आहे ती जखम
कालच आम्ही होतो म्हणालो... आता उद्या बहुधा
शेवटचा दिवस युद्धाचा,
तेवढा जर निभावू शकलो ना एक निकराचा
तर... पण तो निभावला नाही,
आणि युद्ध तर अजूनही संपलेले दिसत नाही.
अजून हे पांडव काहीतरी शोधताहेत,
कोणाला तरी मारू बघताहेत.
यांचे युद्ध संपणार तरी केव्हा?
यांची तृष्णा संपणार तरी केव्हा?
कशाकरता हे सगळे?
संपले ना सतरा टोळ्यांतले पुरुष सारे,
उरली ही फक्त बायका, मुले आणि म्हातारे—

सूत्रधार : ते कसे संपेल अजून?
दुर्योधन बसला आहे ना लपून?
[गर्भवती अधिकच घाबरून, हात घट्ट धरून पळून जाऊ
लागते. तिला थांबवत—]

सूत्रधार	: पळू नकोस मुली, मरशील या गर्दीत चिरडून,
	आणि जाऊ नकोस तुझे प्रश्न असे वाऱ्यावर सोडून.
	अशाच अनेक कूट प्रश्नांची अतिकूट उत्तरे आज कसोटीला लागणार आहेत मुली,
	थांब आता तू, इथेच, याच स्थली...
	शक्यता आहे परत तेच प्रश्न तयार होतील हे आहे खरे,
	पण उद्भवतील कदाचित काही नवी नीतिमूल्ये आणि नवी उत्तरे.
	पुढच्या पिढ्यांसाठी... तुझ्या होणाऱ्या बाळासाठी...
	त्यासाठीच ना हे सगळे–
गर्भवती	: (पोटावर हात ठेवून तिकडे निराशेने बघत–) याच्यासाठी?...
	कशाला या अशा जगात जन्म याचा?
	जन्माआधीच मारून का नाही टाकलंस देवा हे बाळ माझं?
सूत्रधार	: (स्वतःशीच उदास हसतो–) तुला ठाऊक आहे गर्भवती,
	आजनंतर बऱ्याच शतकांनंतरही,
	कालौघात वास्तवात झालेल्या प्रचंड सर्वलक्षी बदलांनंतरही
	झालेल्या एका महायुद्धात विन्स्टन चर्चिल नावाच्या एका नेत्याला,
	अं... किंवा समज एका राजाला,
	झाला नातू भर युद्धकाळात,
	त्या वेळी त्याने हेच उद्गार काढले होते असे म्हणतात.
	'अशा जगात तू का जन्मलास मुला–'
गर्भवती	: मला काहीच कळत नाही... बोलून चालून एक शूद्र स्त्री मी,
	आणि मोठेच विद्वान दिसता तुम्ही.
	प्रणाम माझा तुम्हाला,
	पण कोण तुम्ही ते कळेल मला?

कुठल्या टोळीतले, कुठल्या काळातले, ते तरी सांगा या अभागिनीला-

सूत्रधार : तसा गर्भवती, मी सर्वच काळातला...
अवघड जाईल ध्यानात यायला कदाचित द्वापारयुगातल्या तुला.
युगांच्या भाषेत म्हणशील तर मी कलियुगातला,
आमच्या कालगणनेनुसार एकविसाव्या शतकातला,
अतिव्यामिश्रतेने भरलेल्या अशा एका जगातला,
(तिच्या चेहऱ्यावरचे काही न कळल्याचे आणि तीव्र वेदनांचे भाव बघून वाक्य मधे तोडत—)
पण ते जाऊ दे... मी याच भारतवर्षातला,
ज्या काळी तुला पडलेले सर्व प्रश्न अधिकच जोरात पडले अशा एका काळातला,
तुझ्या या काळात झाली तशीच, किंबहुना थोडी अधिकच जीवितहानी झाली अशा काळातला.
म्हणूनच आलो आहे या प्रसंगी,
या देशाची संस्कृतीच जणू ज्या इतिहासानं घडवली असं म्हणतात, त्यातल्या एका कळीच्या प्रसंगी.
अशा कसोटीच्या क्षणी, जेव्हा अनेक नीतितत्त्वांची झाली चर्चा आजूबाजूला पसरलेल्या प्रेतांच्या साक्षीने,
जी तत्त्वं मानली जातात आजही माझ्या जगात नेकीने.
म्हणून आलो आहे ती मुळातूनच जिथे तपासली गेली तिथे थेट,
बरे झाले पडली तुझ्याशी गाठभेट.
तुझ्यामुळे उघडतील काही वेगळी परिप्रेक्षे,
वेगळे अर्थ लागतील बघून तीच नेहमीची दृश्ये.
आणि युद्ध?... युद्धाची वेळ सर्वोत्तम मुली अशा मांडणीसाठी,
आणि पुनर्मांडणीसाठी.

या कुरुक्षेत्रावरच्या महाभारतीय युद्धात झाली मांडणी
गीतेची,
आणि माझ्या काळातल्या दोन महायुद्धांच्या दरम्यानच
झाली मांडणी अनेक नव्या तत्त्वप्रणालींची.
युद्धाची वेळच मानवी इतिहासात सर्वोत्तम असते,
माणसाचे माणूस असणे म्हणजे नक्की काय ते तेव्हाच
निखरून बाहेर येते.
तुटलेल्या अवयावातून बाहेर यावे हाड जसे,
इंग्रजीत बेअर टू द बोन म्हणतात नां, तसे!
सत्य मग ते कितीही भिववणारं असो,
किळसं आणणारं असो...
असतं तेच सत्य, तोच खरा माणूस, बाकी झाकापाक—

गर्भवती : (खचून खाली बसते) परत परत हे सत्यदर्शन...
कशासाठी?

सूत्रधार : तुझ्या जन्मू घातलेल्या बाळासाठी अशा मांडण्या गर्भवती,
मला ठाऊक आहे त्या बाळाचीही नाही आज तुला
क्षिती.
पण वाटो अशावेळी मानवी जीवन निरर्थक कितीही,
बघून ही हिंसा मंद होवो मानवी मतीही.
मानव प्रयत्न सोडत नाही गर्भवती,
जीवनाला नव्याने अर्थ ते देती.
म्हणून तर कृष्ण सांगे गीता अर्जुनाला,
या कारणनेच की ही संथा मिळावी भारती मनाला.
केवळ अठरा दिवसांपूर्वीचीच की गं ही घटना..... पण
या युद्धात नसणार पोचले तुझ्यापर्यंत ते
आडवी आली असतील असंख्य ही प्रेते.

गर्भवती : ती नसती तरी मला कसे ठाऊक असणार?
स्त्री-शूद्रांना कोठे आहे हा अधिकार?
त्यांनी आमचा धर्म काय तेवढे सांगावे,
आणि आम्ही त्यांचे ऐकावे.

नीतितत्त्वे का काय म्हणता तीही त्यांचीच,
आणि युद्धेही त्यांचीच!
आणि काय म्हटले गीतेत कोणी याला
काही अर्थ आज उरतो का त्याला—

सूत्रधार : तुझे म्हणणेही तर आहे खरेच.
पण तत्त्वे समजून घेणे, तपासणे महत्त्वाचे उरतेच.
गीतेचा आवाकाच आहे प्रचंड,
म्हणूनच तर ती राज्य करते हिंदूच्या मनावर गेली दोन
हजार वर्षे अखंड.
पण काय होता मूळ प्रश्न ते सांगतो ऐक, कारण त्याचा
तू आत्ताच जे म्हणालीस त्याच्याशीच आहे संबंध.
युद्धभूमीवर पोचल्यावर अर्जुनाला पडले होते हेच प्रश्न
युद्ध सुरू होण्याआधी,
तो हेच म्हणाला कृष्णाला, 'कशासाठी हे युद्ध? गुंग
झाली आहे या विचारांनी मती माझी.
माझ्या जवळच्या अनेक लोकांना, आणि इतरही
अनेकानेक जीवांना मारूनच जर मिळणार असेल राज्य
तर मला नकोच ते राज्य'.
परमकरुणेने व्याकूळ तो झाला,
आणि महारथी योद्धा तो पुढे म्हणाला;
'राज्यलोभामुळे मी हे युद्धाचे पातक करावयास निघालो
हे नाही बरोबर,
थांबवतो निदान आता हा वेडेपणा सत्वर.'
त्यावर कृष्णाने दिलेले उत्तर म्हणजे गीतेचे तत्त्वज्ञान!...
त्यातल्याच काही मुद्द्यांची झाली तपासणी,
युद्धानंतरच्या ज्या क्षणी.
तो क्षण ठेपला आहे येऊन जवळ,
थोडी काढ अजून तू कळ...
काय होती अर्जुनाला पडलेल्या प्रश्नांची नक्की स्वरूप
आणि व्याप्ती?

झाली का त्याला उत्तरांची प्राप्ती?
मी अगदीच थोडक्यात, दोन वाक्यात त्यातला महत्त्वाचा ऐवज सांगतो ऐक...
निदान असा ऐवज जो नंतर हजारो वर्षे चर्चिला गेला तो ऐक –
कृष्णाचे म्हणणे होते –
नको करूस विचार या युद्धाचा निव्वळ स्वतःच्या सुखदुःखाकडे बघून सध्या,
ती तर निव्वळ माया...
खरा प्रश्न आहे तो धर्म टिकण्याचा,
सत्याचा आणि सद्धर्माचा विजय होण्याचा.
त्यातही सर्वात महत्त्वाचा तो वर्णधर्म,
हेच आहे गीतेचे मर्म.
मारणारा वा मरणारा तू कोण अरे?
'सर्व घडवून आणणारा मी' असा खोटा भ्रम तुला का व्हावा बरे?
या मी च्या पलीकडे गेलेल्या स्थितप्रज्ञाला हिंसेचेही लागत नाही पाप,
त्याला बाधत नाही कुठलाच शाप.
बरे, त्यातून मरते ते शरीर,
आत्मा असतो अमर.
त्याला शस्त्रे तोडत नाहीत, अग्नी जाळत नाही,
पाणी भिजवीत नाही आणि वायू सुकवीत नाही...
कळले काही गर्भवती? असे असता तुला दुःख का मुली?

गर्भवती : नाही कळले... मला कशी कळणार अशी दिव्य वाणी...
पण श्रेष्ठा नाही दुःख करत मी माझ्या नवऱ्याचा आत्मा नष्ट झाला म्हणून,
तो असेलही अमर, मी रडते ती माझी आणि त्याची ताटातूट झाली म्हणून...

पुढचा जन्म असेलही, नव्हे, येवढी थोर लोकं सांगतात म्हणजे तो असेलच,

पण काय खातरी की तिथेपण मी आणि माझे नाथ यांची जोडी जमेलच?

ते युद्धात मेले, पण ते क्षत्रिय नाहीत; आणि फक्त क्षत्रिय युद्धात मेले,

तर स्वर्गात जातात असे मला वारंवार सांगितले आहे गेले.

आम्ही तर शूद्र, आम्हाला स्वर्ग नाही मरूनही युद्धात,

आम्ही अडकलेले पुनर्जन्माच्या फेऱ्यात.

तेही किड्यामुंगीचे का अजून कसे,

ते मला काय ठाऊक असे?

माझं दुःख आणि तुम्ही सांगता त्याचा मेळ बसत नाही,

माझ्या दुःखाचं त्याने हरण होत नाही.

पण काय कळतंय् माझ्यासारख्या अडाणी स्त्रीला?

(क्षणिक विराम.)

पण प्रश्न तर थांबत नाहीत मला...

या युद्धानंतर,

मृत्यूच्या इतक्या प्रचंड तांडवानंतर

या श्रेष्ठांपैकी खरोखर कोणीच माझ्यासारखं नाही झालं दुःखी?

या तत्त्वांच्या आचरणानं अर्जुन, युधिष्ठिर... सगळे झाले सुखी?

धर्माचा प्रतिपाळ झाला? या प्रेतांमध्ये...

सूत्रधार : तेच तर बघायचे आहे आजच्या प्रसंगातून... अगं उद्याची माय,

आणि बघायचे आहे धर्म म्हणजे नक्की असते तरी काय.

नक्की काय अर्थ जीवनाला मानवाच्या,

गोष्टी कशासाठी जगावं आणि मरावं याच्या.

गर्भवती : त्यासाठीच युद्ध? त्यासाठीच अठरा अक्षौहिणी—

सूत्रधार	: हाच तर आहे माझाही प्रश्न...
	कशी यावी ही अलिप्तता?
	ही स्थितप्रज्ञता?
	फलाशिवाय कर्म करण्याची वृत्ती कशी यावी?
	आणि मुळात हे कर्म तरी कशाला, जर जग बदलायचेच
	नसेल भावी?
गर्भवती	: तुम्ही म्हणता त्यापैकी काहीच मला कळत नाही,
	ते कळून घेण्याची सांप्रत माझी इच्छाही नाही.
	माझ्या बाळाचे काय होणार अशा जगात ते मला सांगा?
	(तिने उराशी धरलेला रक्ताने लथपथलेला तिच्या पतीचा
	हात पुढे करत—)
	माझ्या नाथांचा हा हात माझ्या बाळाच्या हातात कसा
	देऊ ते सांगा.
	बाकी काही अर्थ नकोत मला—
सूत्रधार	: तुझ्या जीवनाला काही अर्थ नको? ...
	असे कसे म्हणतेस...
	मुली, अर्थ तर हवाच ना जीवनास—
गर्भवती	: तो निर्माण झाला या श्रेष्ठांच्या जीवनात? या युद्धाने?
	तसं असलं तर मग माझ्या नाथांचा मृत्यू सार्थकी लागला
	असंच म्हणेन मी,
	पांडवांचा विजय होऊन निदान त्यांच्या जीवनाला अर्थ
	प्राप्त झाला असंच मानेन मी!
	झालं का नक्की असं?
	सांगा नं तसं.
	खरंच धर्माचा विजय झाला? आणि जग पालटलं?
	मग माझ्या मुलाचंही भवितव्य असेल उज्ज्वल म्हटलं—
सूत्रधार	: (सुस्कारा सोडत—) तुझ्या प्रश्नांची उत्तरं माझ्याजवळ
	नाहीत मुली.
	त्या शोधातच आलोय या गीतेच्या काली.

कारण हीच ती गीता, जी मी जगतो त्या काळाच्या
निदान दोन शतके आधीपासून वसते मर्मस्थळी हिंदू
अस्मितेच्या,
अशी गीता जी मांडते योग्यता हिंसेची निदान विरोधात
कुटिल दुष्कर्म्यांच्या,
कारण क्रौर्यच तर स्त्रवत असते हृदयातून सतत अशा
पापमतींच्या.
शंका नसावी कोणाला,
या विवेकातील तथ्याला.
पण प्रश्न उरे एक मर्मी,
कोणाला म्हणावे पापी आणि दुष्कर्मी?
कुणी म्हणती आध्यात्मिक, राजकीय इतर कुणी,
अनेक शतकांच्या परिष्करणी, कृष्णाची ही वाणी.
मांडणी करती गीतेची परत परत मध्ययुगात अनेक संत,
आणि आधुनिक काळातही टिळक, अरबिंदो आणि
गांधी, विनोबांसारखे महंत.
ते होते परकीयांच्या विरोधात, पण आता स्वराज्यात तर
शाखा फुटती त्यास अनंत,
फुलवित अस्मिता हिंदुत्वाच्या हिंसक विभ्रमात.

गर्भवती : हिंदू? काय असते हिंदू? तुम्ही आमचे वंशज असता
हिंदू?
(आजूबाजूस पडलेल्या प्रेतांकडे हात करत—) म्हणजे
आम्ही... हे सगळे मरून पडलेले हिंदू?
पण हे सर्व तर होते विखुरलेले,
अनेक श्रद्धांत विभागलेले.
एकामेकांशी वाद घालणारे,
प्रसंगी युद्धही लढणारे.
मला मेलीला काय ठाऊक माझं तर साधं अडाणी मन,
पण सांगत असतात महानता या समाजाची आमचे
विप्रजन.

दर्शनेच आहेत म्हणतात सहा,
आणि उपनिषदे शंभराहूनही अधिक पाहा.
आणि आहेत चार वर्ण,
म्हणून तर अपमानित झाला होता ना कर्ण?
शिवाय आहेत कैक जैन आणि बुद्ध,
आणि काही चार्वाक, भौतिकतेलाच मानतात जे शुद्ध.
आणि यातले काही आस्तिक तर काही नास्तिक,
कोणी वैदिक तर उरलेले अवैदिक,
कोणी द्वैती तर उरलेले अद्वैती,
कोणी शैव तर कोणी वैष्णव,
काही थोड्यांसाठी संस्कृत तर इतरेजनांसाठी अनेकानेक
प्राकृत,
आणि टोळ्यांची राज्येच असतील बहुदा शंभरावर सात!
तीच तर लढली इथे भूमीसाठी... माहितीये केवढ्या?
सुईच्या अग्रावर मावेल येवढ्या!
हे सर्व... मारणारे आणि मारले गेलेले... सगळे हिंदूच
म्हणता?

सूत्रधार   : हे सगळे विविध घटक हिंदूंचेच गं मुली,
पण कोणी नव्हते त्यांना तसे संबोधत तुझ्या काली.
या सगळ्यांची गणना हिंदू म्हणून करू लागले सोईसाठी
कुणी परदेशी नंतरच्या काळी
आणि आता या देशाचा कायदाही हे मानतो सांप्रतकाळी!
जे नाहीत ख्रिश्चन वा मुसलमान, ज्यू... ते सर्व हिंदू
गर्भवती अगदी बुद्धांसहित— नियम हा साधा.
तेही ठीकच मुली, पण तू सांगतेस तो ऐतिहासिक
विविधतेचा अनमोल ठेवा, नष्ट करायचा घेतला आहे
आज काहींनी ठेका,
बसवतात ते त्यासाठी मग सर्वांस अशा साच्यात एका.
हिंसेचाच जे करतात माझ्या या देशात आज वायदा,
घेतात ते या नियमाचाच फायदा.

गर्भवती	: कायदा? देश? मला समजत नाही तुमची भाषा, कुठली ही भाषा आणि कुठला तुमचा प्रदेश?
सूत्रधार	: समानच आपली भाषा, देश, आणि समानच आपला प्रदेश. पण भाषा बदलतेच गं आमूलाग्रपणे तेव्हा, प्रश्नांचे अर्थच बदलतात ना मूलभूतपणे जेव्हा!
गर्भवती	: पण मग कशाला येवढी शतके मागे येण्याचा हा त्रास? कशाला हे मृत्यूचे तांडव बघण्याचा अट्टाहास?
सूत्रधार	: त्याच प्रश्नांचे अर्थ जर इतके बदलले ना मुली तर गाठावा लागतो इतिहासाचा तळ, बदललेल्या नीतितत्त्वांचे शोधावेच लागते गं मग मूळ!
गर्भवती	: (नवऱ्याचा तुटलेला हात उंचावून धरत—) आणि तुमच्या नीतितत्त्वांचे मूळ तर असे उखडलेले! रक्तलांच्छित— [ती बेफामपणे हसायला लागते. सूत्रधार काही क्षण स्तंभित. तिला मूर्च्छा आल्यासारखी ती कोसळायला लागते. सूत्रधार तिला सावरतो.]
कोरस	: काय तुला सांगावे आम्ही तरी गर्भवती प्रश्न नसे सुटलेला, गहन होई आजमिती परत परत उद्भवती ही गणिते श्रद्धांची मागती अस्मिता आहुति नवजातांची
सूत्रधार	: गर्भवती, आता थांब थोडी... चित्त एकाग्र कर आणि बघू या मिळतात का उत्तरं तुझ्या प्रश्नांची, ऐकूया वाणी व्यास महर्षींची आणि भगवान श्रीकृष्णाची. त्यांनाही ठाऊक नाही असं जगात काहीही नाही असं म्हणतात,

जे महाभारतात आहे त्यातील काही इतरत्रही आढळेल,
पण जे महाभारतात नाही ते कोठेही आढळणार नाही असं
म्हणतात.

सगळं काही व्यासोच्छिष्ट, या व्यासांनी उष्टे केलेले....
[तोपर्यंत व्यास परत पुढे आले आहेत.]

ऐक, त्यांच्याचकडून हा कळीचा प्रसंग महाभारतीय
युद्धातला,

आणि तरीही उत्तरं मिळाली नाहीत तर त्यांनाच थेट काही
प्रश्न विचारावे लागतील तुला –

[पुढे व्यास बोलेल त्याप्रमाणे तंतोतंत नसले तरी त्या
अनुषंगाने रंगमंचाच्या मागील बाजूस घटना घडतात वा
पडद्यावर त्यांची चित्रे प्रोजेक्ट केली जातात. त्यात
अर्थातच महायुद्धानंतरची भयाण दृश्यं उद्ध्वस्तता आणि
विषण्णतापूर्ण आहेत.]

व्यास   : युद्धाच्या अठराव्या दिवशी संध्याकाळी कौरवांच्या
शिबिरात भयग्रस्त लोकांचे जमले होते थवे,

धृतराष्ट्रपुत्रांचा संहार उडालेला ऐकून सर्व मोठ्याने
आक्रोश करू लागले एकमेकांसवे.

मग राजस्त्रियांच्या संरक्षणास असलेले वृद्ध लोक त्यांना
घेऊन नगराकडे जाण्याच्या लागले प्रयत्नाला,

तेव्हा सर्व सैन्याचा निःपात झाल्याचे ऐकून त्यांनी
केलेल्या भयानक आक्रोशाचा कल्लोळ भिडला गगनाला.

त्या तर बोलून चालून स्त्रियाच; पण त्या वेळी गुराखी
मेंढपाळापासून झाडून सारे,

भीमसेनाच्या भयाने व्याकूळ होऊन, भांबावून जाऊन
बोंब ठोकीत निघाले गावाकडे –

युद्धभूमीवर तर हाहाकार होता माजला,

कुत्री, कोल्हे, तरस आणि गिधाडे प्रेतांच्या राशींभोवती
लागलेले घोटाळू, कोण थांबवणार त्यांना.

अनेक स्त्रिया होत्या त्या भयप्रद वातावरणात आपल्या
पतीचे, वडलांचे वा मुलाचे कलेवर शोधत,
प्रेत ओळख पटण्यापलीकडे गेलेले असले तरी ते
आपल्या प्रिय व्यक्तिचे तर नसेल या शंकेने एकमेकांशी
भांडत.
तुटलेल्या अवयवांच्या आणि मुंडक्यांच्या राशींभोवती जमू
लागले होते राक्षस आणि पिशाच्चही,
आणि स्त्रिया प्रेतांना अडखळत, इतस्ततः पडलेले अवयव
धुंडाळत, होत्या फिरत त्यातही.
तुटलेले हात, पाय, मांड्या आणि डोकी धडांना जोडून,
होत्या पाहत पटवू ओळख स्वतःला विसरून.
काहीच काळापूर्वी वीरांच्या आरोळ्यांनी आणि शस्त्रांच्या
खणखणाटाने भारलेलं ते अवकाश,
आता स्त्रियांच्या किंचाळण्याने आणि हुंदक्यांनी गेलं होतं
भरून —
त्याच वेळी सिंहनाद करत क्रुद्ध पण विजयी उन्मादात
असलेले पांडव,
आणि त्यांचे उरलेसुरले समर्थक बांधव;
रणांगणात चोहोकडे दुर्योधनाला शोधत होते हिंडत,
पण तो त्यांच्या नजरेला नव्हता पडत—
कारण?... कारण तो त्याची गदा घेऊन रणातून जो
लगबगीने निघाला,
तो थेट द्वैपायन सरोवरामधील एका छोट्याशा बेटावर
गेला.
थकलेला, पराजित झालेला,
पराकोटीची विषण्णता आणि क्रोध यांचा संगम ज्याचे
ठायी आहे झालेला,
असा तो ज्येष्ठ कौरव, मायेच्या साहाय्याने आजूबाजूला
धुके निर्माण करून, योगनिद्रेच्या आधीन झाला—

कोरस   : दुष्कर्मा म्हणती त्याला
          तळ्यात भरलेल्या कमळांनी
          असे तो इथे विश्रांतला

          भोवती असती कमळे
          पण जणू पसरली प्रेते
          सभोवती असे वाटतसे

          येक त्याचे नाक फक्त
          दिसे ते पाण्याबाहेरी
          रोखू शके तो श्वासही
          असे तो श्रेष्ठ योगीही
          जरी असे तो दुष्कर्मी
          असोत भवती प्रेते वा कमळे
          मायावी धुके बाजूस चारी

व्यास   : गरुडांनी संत्रस्त केलेला आणि जखमी केलेला नाग,
          सळसळ करत पाहता पाहता नजरेआड व्हावा,
          आणि मागे भूमीवर ओरखडाही न उरावा.
          त्याप्रमाणे दुर्योधन सर्वांच्या दृष्टिआड द्वैपायन सरोवरात
          दडून बसला,
          अग्नीने समुद्राला मिठी मारावी त्याप्रमाणे तो महत्त्वाकांक्षी
          पुरुष स्वतःच्या महत्त्वाकांक्षेनेच पराभूत झालेला.
          पण कौरव सैन्यातील जिवंत उरलेल्या तिघा महारथींना,
          कृपाचार्य, कृतवर्मा आणि अश्वत्थामा यांना,
          होता माहीत त्याचा ठावाठिकाणा.
          रणांगणातील एकंदर दुर्दैवी स्थिती पाहून आले त्याला
          भेटण्यासाठी ते सरोवराशी,
          नुकत्याच योगनिद्रेत जाऊ लागलेल्या दुर्योधनपाशी.

सगळेच होते जखमी, पण जळे अश्वत्थामा एकटाच
अजूनही आगीत सूडाच्या धुमसून,
त्या आगीत, शरीरावरून निथळणारे रक्त आणि त्याच्या
जखमा, दोन्हीही निघती उजळून,
जणू संध्याकाळच्या सूर्यप्रकाशात जंगलात लागलेला
वणवा जावा उजळून.
आणि दुर्योधन मात्र अजून आत कुठेतरी थोडा अग्नी
असलेला,
पण तरी वरून जळून गेलेल्या महावृक्षासारखा झालेला,
अश्वत्थामा म्हणाला त्या अशा शबल दुर्योधनाला—

अश्वत्थामा : राजा ऊठ. आमच्यासह वर्तमान युधिष्ठिराशी युद्ध कर,
आणि पृथ्वी जिंकून तिचा उपभोग घे, राज्य कर.
अथवा मरून मिळव स्वर्ग तरी,
क्षत्रियासाठी नसतात दुसऱ्या परी.
दुर्योधना, आपलीच तेवढी सर्वस्वी हानी झाली आहे असे
नाही,
त्यांचेही बरेचसे सैन्य आहेस तू मारले,
तुझा प्रतिकार करण्यास नक्कीच नाहीत समर्थ असतील जे
उरले.
तेव्हा राजा ऊठ... आवश्यकता आहे आत्ता ती तुझ्या
नेहमीच्या सळसळत्या चैतन्याची—

दुर्योधन : गुरुपुत्रा, आता मी केवळ पराभूत नव्हे तर झालो आहे
परावृत्तही,
मी काय सांगतो ऐक, वीरांनी केला पाहिजे स्वीकार
विजयाप्रमाणे पराजयाचाही.
लढण्याची माझ्यात नाही आता ईर्षा,
शक्ती असेल वा नसेल, उरली नाही आता ती विजिगीषा.
मी केला द्वेष वैऱ्यांचा दावानलाप्रमाणे,
आणि मित्रांवर केलं प्रेम पर्जन्याप्रमाणे.
माझा प्रिय मित्र कर्ण..

सूर्याचा प्रकाश पृथ्वीवरच्या मातीत पेरणारा माझा लाडका कर्ण...
अर्जुनाने त्याला मारले कपटाने,
आणि तो धराशायी झाला तेव्हाच मी जागा झालो धक्क्याने.
जागा झालो तो एका विक्राळ शून्यावस्थेत!
जीवनाचा प्रपातही शून्याचाच आणि मरणही एक महाशून्यच या अतिथंड करणाऱ्या जाणिवेत.
आता शांत चित्ताने भेट घ्यावी मरणाची,
म्हणून मित्रांनो मी निवड केली आहे या ठिकाणाची.
नाही आता मी तुमचा नेता, नाही तुमचा राजा,
मी आता उरलो आहे तो फक्त एक मरणाला सामोरा जाऊ इच्छणारा माणूस साधा.
माणसाच्या जन्माला येऊन काय केले मी?
लक्षावधी माणसांना मरण दिले, सुदैवाने या नरयज्ञातून वाचला आहात तुम्ही.
जा– आता मला घेरून टाकले आहे एका महाप्रचंड अथांग पोकळीने–

व्यास : अशाप्रकारे काही वेळ त्यांचे बोलणे होऊन काही वेळाने गेले निघून,
अश्वत्थामा आणि इतर दोघे दुर्याधनाला सोडून,
परंतु त्याच वेळी त्या डोहात शिकार करताना,
थकलेले काही पारधी पाणी पिण्यासाठी होते उतरलेले पलीकडच्या बाजूकडून.
त्यांनी ऐकले हे संभाषण लपल्या जागून कान देऊन,
हा युद्धाला कंटाळलेला पराभूत वीर म्हणजे तर दुर्योधनच याची गेली त्यांना खातरी पटून
काहीच वेळापूर्वी 'दुर्योधनाला कोठे पाहिले काय? सांगा... सांगा... भीम सहस्र सुवर्णमुद्रा देईल,'

असे ओरडत ओरडत असलेला अस्वस्थ आत्मा भीम
त्यांनाही होता भेटला,
ध्यानात आला त्यांच्या योग हा फायद्याचा चांगला.
त्या दिवशी त्यांना शिकारही हाती नव्हती गवसली,
संपूर्ण आयुष्याचेच दुर्भिक्ष दूर करणारी साधावी संधी ही
चांगली.
गेले ते पांडवांच्या शिबिराकडे तीरासारखे आणि त्यांनी
ही बातमी पांडवांना दिली,
पांडवांनी एकच जल्लोश केला; भीमाने पारध्यांवर खैरात
बक्षिसांची केली.
आणि पांडव 'पापी दुर्योधन सापडला,' असे ओरडत,
रथांमध्ये बसून नेसत्या वस्त्रानिशी,
आपल्या आयुधांसहित लगोलग दाखल झाले द्वैपायन
सरोवरापाशी—
[व्यास हे बोलत असता आधी मागे शांत पसरलेले सरोवर
आहे. त्या शांततेच्या पार्श्वभूमीवर त्याचे बोलणे संपता
संपता प्रचंड विजिगीषू ओरडा करत पांडव दाखल
होतात.]

कोरस   : त्या शांत जागी आता
येई रथांचा ध्वनिही कानी
जणु धाडिले दूत हे
कमळांना त्या प्रेतांनी
पांडव येती द्वैपायनी
जय नावाच्या इतिहासातील
कसोटीच्या या क्षणी

लक्ष गेले सर्वांचे
तळ्याच्या मध्यभागी
तेथे जणु दिसे पडलेला

उन्मळून एक विशाल
वटवृक्ष अंधूकसा
पण नव्हे, तो तर असे
दुर्योधन थकलेला,
जखमांनी भरलेला
रक्ताचे ओघळही सुकलेला
लव्हाळ्यावर कोसळलेला
ना शय्या, ना शुश्रूषा,
ना सोबती वा सेवक उरलेला
अधिराज्य होते ज्याचे
सकल भारतावर्षावर
तो वीर महत्त्वाकांक्षी
जणू लाकडाचा सुकलेला
एक ओंडका झालेला

थांबती गर्जना क्षणभर
गेला कोठे दुर्योधन?
हा तर लाकडाचा ओंडका
श्रीकृष्ण पटवी हा
दुर्योधन उघडा बोडका
हाची तो गदाधर श्रेष्ठ
हा पुत्र धृतराष्ट्राचा ज्येष्ठ
स्तब्ध होती सर्वच क्षणभर
वाटे जणू तो झोपला
सरोवरात अश्रूंच्या
स्वतःच निर्मिलेल्या
स्तब्ध होई चराचर
जरि फक्त क्षणभर—

[पांडवांच्या गोटातून परत गर्जना होऊ लागतात.
युधिष्ठिर काहीसा एकटा, विचारात पडलेला. त्या

कोलाहलाला शांत करत कृष्ण पुढे येऊन युधिष्ठिराशी बोलू लागतो.]

कृष्ण : बघ कुंतीपुत्रा, हाच तो दुर्योधन...
मायावी सामर्थ्याने धुके निर्माण करून त्याआड लपून बसलेला,
कसे व्हावे युद्धभूमीवर अशा भ्याड कृत्याचे समर्थन?
दूर करतो मी हे धुके क्षणात योग सामर्थ्याने,
पण आता त्याला सोडू नको, धर्माधर्माच्या विचारात वाहून जाण्याने.
कपटाविरुद्ध कपट करणे हाच राजनीतीतला खरा आणि योग्य मार्ग,
यानेच भेटतो पृथ्वीवर स्वर्ग.
तेव्हा आता विलंब नको क्षणाचाही वर,
दुर्योधनाचा वध करण्याची आज्ञा तू भीम आणि अर्जुन,
या तुझ्या दोन वीर बंधूंना दे जोडीने आणि सत्वर!
[त्याचे बोलणे ऐकून भीम गदा घेऊन सरोवरात शिरू लागतो. त्याला थांबवत पण कृष्णालाच उद्देशून—]

युधिष्ठिर : मान्य आहे मला तुझे म्हणणे,
परंतु अधर्म करावासा वाटतो तेव्हाच धर्माचा विचार करणे आवश्यक असते, महत्त्वाचे आहे हे जाणणे.
निजलेल्या माणसाचा वध करणे,
म्हणजे आपल्या पुण्याईचा आणि कीर्तीचाही वध करणे—
[या दरम्यान या कोलाहलाने दुर्योधन जागा होऊन एका दगडाच्या आधाराने उठून बसतो आणि सर्व ते पाहतात. क्षणिक विराम. युधिष्ठिर कृष्णाकडे पाहून मान डोलावतो आणि दुर्योधनाला उद्देशून—]
सुयोधना,
सर्व क्षत्रियांचा आणि स्वकुलाचाही घात करून तू पाण्यात दडण्याचा उपक्रम का बरे चालवला आहेस?

इतक्यांचा बळी पडल्यानंतर केवळ स्वतःच्या जीव वाचवण्यासाठी हे असे वागतो आहेस!

तेव्हा ऊठ सत्वर,

आणि आमच्याबरोबर युद्ध कर.

तुझी ती उन्नत आणि गर्विष्ठपणे ताठ उभी असलेली मान आजही डोळ्यासमोर येते माझ्या,

कोठे गेला तो आज तुझा ताठा?

तुझ्या अंगी खरोखर शौर्य असेल तर ऊठ, तेच भल्याचे आज तुझ्या.

राज्यात किंवा स्वर्गात स्थान मिळवणे हे क्षत्रियाचे कर्तव्य असते,

युद्ध टाळण्याने यातले काहीच प्राप्त होत नसते.

आपले पुत्र, पिते, पितामह, मित्र, सोयरे, भाऊ, सगळे सगळे मरून पडताना स्वतःच्या डोळ्यांनी पाहिले ना रे,

त्यानंतरही कसा होतो लोभ तुला स्वतःच्या जिवाचा रे?

शूर, शूर म्हणवून घेतोस स्वतःला, पण शूर व्यक्ती फक्त तीनच कारणांनी युद्ध टाळू शकतात रे

वानप्रस्थ, शस्त्रसंन्यास वा षंढत्व!...

तुला तर राज्याचा केवढा लोभ!

तू वानप्रस्थ स्वीकारणं अशक्य हा योग.

तुझ्या कुशीशेजारी असता तुझी आवडती गदाही निजलेली,

शस्त्रसंन्यासाच्या बाता मारू नयेस तू या स्थली.

राहता राहिले षंढत्व!...

(पांडव हसतात.) असे लज्जास्पद उत्तर तू तरी देऊ नयेस!...

तू क्षत्रिय, आता करू नकोस भीरूपणा,

धर्माचरणाच्या दृष्टीनेही योग्य नव्हे असा बाणा—

दुर्योधन : (दगडाला नीट टेकून बसतो. एक दीर्घ श्वास घेतो आणि बोलू लागतो—)

धर्मराज, भीत नाही मी मृत्यूला,
मी इथे एकांतात येऊन बसलो त्याचाच स्वीकार
करण्याला.
मी जो या जलाशयात शिरलो तो मृत्यूला घाबरून नव्हे
तर तर एका विलक्षण मानसिक थकव्यापोटी...
या माझ्या स्थितीला तू क्षुल्लक ठरवू नकोस,
कारण विचार केलास तर तुझीही परिस्थिती माझ्याहून
फारशी वेगळी नाही हे तुझ्या लक्षात येईल खास.
कुरुनंदना, हे कौरवांचं राज्य मी ज्यांच्यासाठी इच्छित
होतो ते माझे सगळे भाऊ आणि मित्रमंडळी निधन
पावली,
या संहारानंतर ही पृथ्वीच जणू क्षीण आणि विधवा झाली.
नाही आता उरली इच्छा तिच्यावर राज्य करण्याची,
आणि तिला उपभोगण्याची.
युधिष्ठिरा, मी एकटा राहिलो आहे,
अगदी एकाकी असा थकून मी इथे बसलो आहे.
(क्षणिक विराम. एकदम काही क्षणांसाठी त्याचा चेहेरा
आणि स्वर बदलतो.)
तरी अजूनही तुम्हा पांडव-पांचालांचा मोड करून तुला
जिंकण्याची माझी उमेद पूर्ण गेलेली नाही,
अजूनही वाटतं मधेच एका क्षणी असं की दाखवूनच द्यावं
तुम्हाला काही—
आणि मला जे वाटतं ते मला शक्य आहे,
या बद्दल तर माझी खात्री आहे.
परंतु द्रोण आणि कर्ण शांत झाले,
पितामहही युद्धात पडले.
आता तुला जिंकून मिळवलेलं राज्य, मला एकट्याला
त्याचा काय उपयोग?
ही केवळ निर्जन झालेली पृथ्वी तुलाच लखलाभ होवो
युधिष्ठिरा, तू तिला आता सुखनैवे भोग.

युधिष्ठिर : (मान हलवत हसतो आणि त्याचे वाक्य मधेच तोडत—)
सुयोधना, हे असं वास्तव ज्याच्यामुळे झालं तो तूच ना रे?
कोण कारणीभूत या पृथ्वीला ही अवकळा यायला रे?
आता जणू ही पृथ्वी तू मला दानच करतो आहेस,
असं वर दाखवतो आहेस!
एकतर तू नाहीस या पृथ्वीचा स्वामी की तू ती मला दान करावी,
आणि असतास समजा, तरी आलं नसतं क्षणभरही माझ्या मनात की तुझ्याकडून अशी भीक पदरात घ्यावी.
कारण एक तर समर्थ आहे मी तुला जिंकून पृथ्वीचा उपभोग घेण्यास, मला तुझ्या मदतीची गरजच नाही,
आणि दुसरे म्हणजे राजाला प्रतिग्रह हा धर्म सांगितलेला नाही.
आणि पृथ्वीचं हे सर्व वर्णन तू मला सांगतोस?
कुठल्या तोंडाने तू आम्हालाच हे ऐकवतोस?
अरे मग जेव्हा हे सर्व टळावं म्हणून,
कुलक्षय आणि हा भयानक संहार होऊ नये म्हणून
आम्ही धर्माला अनुसरून प्रथम अर्ध राज्य आणि मग तर केवळ पाच गावं तुझ्याकडे मागत होतो, तेव्हाच ही सकल पृथ्वी आम्हाला का दिली नाहीस?
तेव्हा तर, 'सुईच्या अग्रावर मावेल' येवढीसुद्धा भूमी द्यायला नकार देऊन तू वासुदेव कृष्णाचाही उपमर्द केलास.
राजकारणातलं एक महत्त्वाचं तत्त्व सांगतो ऐक—
राज्य हाती असलं तर कोणता राजा ते सोडण्याची इच्छा करणार आहे!
आजवर तू संपादलेस त्या प्रकारचे ऐश्वर्य संपादून आणि सकल पृथ्वीवर राज्य करून कोणता मूर्ख पृथ्वी शत्रूला देऊन टाकणार आहे?

आज तू दान करायला झाला आहेस तयार काही,
कारण ते आता तुझ्या हातातच उरलेले नाही!
येवढेही कळू नये इतके आम्ही मूढ आहोत असे तू
समजतोस काय?
आता असे करून तू स्वतः जीव वाचवू शकशील असे
समजतोस काय?
हे दुर्बुद्धा, तुझे आयुष्य आज हातात आहे माझ्या!
आजतागायत अनेकवार आमचा अपमान केलास
वर्तणुकीने तुझ्या.
आम्हाला सर्प डसवलेस, आम्हाला जाळण्याचा प्रयत्न
केलास;
कटु भाषणे केलीस, द्रौपदीला तिच्या नाजूक अवस्थेत,
ती एकवस्त्रा असताना फराफरा ओढत सभेत आणलीस.
राहणार नाहीत आज तुझे प्राण हे निश्चित,
तयार हो घेण्यास आता प्रायश्चित्त.
आता नको जाऊस पळून व्यक्तीप्रमाणे भित्र्या आणि षंढ!
तू एकटा आहेस; मी नाही तुला सांगत आमच्या सर्वांशी
एकदम लढ;
पण निदान आमच्याशी एकामागून एक असा तरी आता
लढ —
[युधिष्ठिराचे बोलणे ऐकत असता दुर्योधन दगडाचा टेकू
सोडून देऊन ताठ बसला आहे. उघडपणे त्याचा
स्वाभिमान दुखावला जाऊन तो क्रुद्ध झाला आहे. त्याचे
शरीर युधिष्ठिराच्या बोलण्याबरोबर अधिकाधिक ताठ होत
जाते. त्याचा आवाजही आता बदलला आहे. अतिशय
तिखट पण आवळलेल्या स्वरात तो बोलू लागतो-]

दुर्योधन : चर्चा मला सांगू नको धर्माधर्माची,
ठाऊक आहे सर्वांना तुम्हाला किती कास आहे त्याची.
अधिकार काय तुम्हाला गळे काढण्याचा नावाने धर्माच्या,
जो तुम्ही कधीच पाळला नाहीत नावाने त्याच्या?

पण ते असो.... ही वेळ त्याची चर्चा करण्याची नाही,
अशी निर्भर्त्सना सहन करण्याचा मला सरावही नाही.
मी घाबरतो?... राजा, मला तुझ्यापासून भीती नाही,
भीमसेनापासून नाही, अर्जुनापासून नाही, कृष्णापासून
नाही,
नकुल-सहदेव आणि इतर पांचाल यांपैकी कोणास तर मी
खिजगणतीतही धरत नाही.
इथे मी धर्म आणि कीर्ती या दोन्हीचे पालन करत म्हणतो,
एकेकाशीच कशाला, मी एकटा तुम्हा सर्वांशी लढेन,
रात्रसमाप्तीच्या वेळी एकटा सूर्य जसा सर्व नक्षत्रांचे तेज
हरण करतो,
तसा मी आज एकटा आणि रथहीन असतानाही सुसज्ज
असणाऱ्या तुम्हा सर्वांचा नायनाट करेन.
आहे माझी खात्री मी समर्थ आहे त्यासाठी,
माझ्या पौरुषाला तू आव्हान देण्याची हिंमत केली आहेस
मोठी.
युधिष्ठिरा, आज तुझ्या भावांसहित तुला ठार करीन,
द्रोण, भीष्म, महारथी कर्ण, माझे बंधू आणि पुत्र, मामा
शकुनी आणि सगेसोयरे,
या सर्वांच्या ऋणातून मुक्त होण्यासाठी—

युधिष्ठिर : सुयोधना, सुदैवाने आहेस तू अजून क्षात्रधर्म जाणून,
आम्हा सर्वांबरोबर युद्ध करण्यासही तयार झालास आहेस
तू शूर म्हणून.
पण तू आहेस एकटा आणि मी धर्माचरण करणारा,
म्हणून ऐक.
[तणावपूर्ण पण औत्सुक्याने भरलेली अशी शांतता
पसरली आहे.]
एकतर होईल हे युद्ध तू म्हणशील त्या शस्त्राने,
आणि दुसरे, आम्हां पाचांपैकी कोणाही एकाची निवड
कर तू लढण्यासाठी तुझ्या मनाने!

केलास तू वध त्याचा, तर तू या राज्याचा स्वामी होशील,
आणि या द्वंद्वात तू मेलास तर स्वर्गाला जाशील!
[हे शब्द उच्चारले जाताच एक भयाण शांतता पसरते.
दुर्योधन सावकाश, पण हेतूपूर्वक उठून उभा राहतो.
त्याच्या अंगावरून आणि लाल जखमांवरून पाणी
निथळत आहे. तो मंद स्मित करत पांडवांकडे बघू
लागतो. कृष्ण पुढे होऊन युधिष्ठिराला एका बाजूला नेतो.
इतर पांडव त्यांच्या मागे जातात. कृष्ण उघडपणे अत्यंत
रागावलेला. इतर पांडवगोटात काहीशी अस्वस्थता.]

श्रीकृष्ण : युधिष्ठिरा, हे काय केलेस?
केवढे हे साहस केलेस!
तुला, अर्जुनाला, नकुलाला वा सहदेवाला भावंडांना
चारी,
तर हा पडेल सहजच भारी!
त्या गदाधारी वीराचा सामना करायला खरं तर
तुमच्यापैकी कोणीच नाही सक्षम ही आहे वस्तुस्थिती,
गदायुद्धात हा बलरामाचा आवडता आणि खास शिष्य
अशी परिस्थिती.
गेली तेरा वर्षं करतो आहे तो सराव भीमासारखा दिसणारा
लोहाचा पुतळा करून त्यावर,
आशा होती त्याला याचीच आणि भिस्त होती त्याची
याच क्षणावर.
तो आवरलाच तर आवरेल भीमाला,
आणि अशा वेळी तू कोणाबरोबरही लढ म्हणून सांगतोस
त्याला!
नृपोत्तमा, केवळ दयेपोटी केलेस तू हे साहस,
आणि परत एकदा घसरलास,
मागे शकुनीशी तू ज्याप्रमाणे द्यूत खेळलास,
त्याप्रमाणेच, नव्हे त्याहूनही अवघड असं द्यूत तू आज
इथे मांडलेस!

काय म्हणून?

भीमसेन बलवान आहे खराच, पण दुर्योधन आहे सराव
केलेला आणि मुख्य म्हणजे कृतीत अत्यंत कुशल आणि
चपळ,

राजा, बल आणि कौशल्य यांचा सामना झाल्यास
कौशल्यच नेहमी वरचढ ठरते हे सत्य आहे सरळ.

मोठा ज्ञानी आहेस तू; हे तुला ठाऊक असणारच. मग
असं कसं बोललास?

धर्मराज तू, पण एका क्षणाच्या जुगारापायी सर्व कमाई
घालवून बसण्याची आपत्ती परत ओढवून घेतलीस.

पांडू आणि कुंतीच्या संततीच्या भाग्यात राजयोग नाहीच,
त्यांचा जन्म झाला आहे निरंतर वनवास आणि दारिद्र्य
भोगण्यासाठीच.

सद्विचारांनाही असावी लागते किमान राजकीय जाण
आणि शहाणपण काही,

त्याशिवाय त्यांचा विजय होऊच शकत नाही.

काय पाळी ओढवून घेतलीस स्वतःवर—

भीम   : (श्रीकृष्णाच्या खांद्यावर हात ठेवून त्याला शांत करण्याचा
प्रयत्न करत—)

मधुसूदना, असा विषाद करू नकोस,
ज्येष्ठ बंधूंना दोष उगा देऊ नकोस.

आजचा दिवस तर माझ्यासाठी भाग्याचा, म्हणून मला
आली आहे रे ही संधी चालून,

आज मी या नराधमाचा नक्कीच वध करून, टाकीन
एकदाचा हा सूडाचा प्रवास संपवून.

[भीमाचे हे वाक्य संपता संपता दुर्योधनाच्या दिशेने एक
युद्धाला तयार होण्याची आणि क्रुद्ध अशी आरोळी ऐकू
येते. सर्वजण दचकून त्या दिशेला पाहू लागतात. पाण्यात
खळबळ उडवत दुर्योधन सुवर्णाने सुशोभित केलेली

लोखंडाची जड गदा खांद्यावर सहज पेलत खोल पाण्यातून वर उसळतो.]

कोरस : खोल पाण्यातुन उसळावा नाग महा
वा फटके मारलेला अश्व उमदा
तसा येई तीरावरती नरशार्दुल तो वीर पाहा

चिंब भिजलेल्या वस्त्रांची तमा न त्याला
उन्नत तो उभा राही जणू गजेंद्रच माजातला
आणि हटे गर्दी ही दूर होई तिमिर जसा
एक मशाल पेटवता भरलेल्या अंधारी

[पाण्यात चिंब भिजल्याने दुर्योधनाचे कमावलेले शरीर उठून दिसते आहे. दुर्योधन त्याची गदा परजीत भूमीवर उभा राहताच समोरचा समुदाय, मागे हटतो आणि गदायुद्धासाठी एक रिंगण आपोआपच तयार होते. समुदायातले काही आवेश आणून त्याच्या भिजलेल्या शरीराकडे पाहून हसू लागताच दुर्योधन एक डरकाळी फोडून म्हणतो—]

दुर्योधन : ठीक... तर मग गदायुद्धच... (क्षणिक विराम, मग हसून—) आणि कोणाबरोबर विचारतोस?
(येवढे बोलून तो परत एक क्षण थांबतो. एक तीव्र तणाव आणि भीती पसरलेली. दुर्योधन सर्व पांडवांकडे कुत्सित नजर टाकून शांत स्वरात बोलू लागतो—)

दुर्योधन : आहे तुम्हाला वाटणारी भीती निरर्थक,
कारण भीम सोडता तुम्हा इतर चार भावंडांशी मी लढणंच आहे निरर्थक!
भीमालाच गदायुद्धात ठार करून होईल माझं जीवन सार्थक!

गदायुद्ध मी करीन तर भीमाशीच!
[एकदम कोलाहल माजतो. काही काळापूर्वीच बलराम
येऊन एका झाडाच्या अर्धवट आड असा उभा आहे. तो
हळूहळू पुढे येतो तसे सर्वांचे त्याकडे लक्ष जाते. त्याचे
व्यक्तिमत्त्वच तसे आहे. कृष्ण पुढे होऊन त्याला मिठी
मारतो आणि म्हणतो, 'ये बलरामा ये. तुझ्या शिष्योत्तमांचे
द्वंद्व पाहण्यास अगदी वेळेवर आलास. तुझे स्वागत.'
दरम्यान मधेमधे कोरस आणि हमिंग ऐकू येते. बलराम
दोन्ही वीरांना जवळ घेतो, आशीर्वाद देतो. दुर्योधनाला
म्हणतो, 'वीरा, योग्य तेच केलंस. या युद्धाचा निकाल
काहीही लागो. मला तुझा अभिमान वाटतो... योग्य तो
वीर विजयी होवो!' एकीकडे युद्धाची तयारीही होऊ
लागते.]

कोरस : पराभवातही दुर्योधन उभा राही अडग असा
मानभावी राखी तो वीरधर्माचा वसा
पांगति या दृष्याने सत्वर ते भिरू जन
समाधानी होई मनी वीरमणी बलराम

[मागे दोघांमधील गदायुद्धाची तयारी चालू आहे. दोन्ही
योद्धे शरीरे तापवून लढाईस तयार होत असतात. रिंगणे
घेतात. मधेमधे स्फूर्तिपर गर्जना करतात. वातावरणात एक
तणाव. त्याचवेळी गर्भवती पुढे येते. ती आता अगदीच
अवघडली आहे. व्यास आणि सूत्रधार तिला आधार
देऊन एका दगडावर बसवतात. हे सर्व एकाच वेळी होत
आहे.]

सांगतो अशी तुम्हा विलक्षण कहाणी ही
नसे कोणि इथे धवल वा पुरता काळाही

यशशिखरी बसेल का त्यांच्यातिल वीर तोच
जो असे नीतिवान आणि असे सुलक्षण
राहा तयार अनुभवण्या हे तुम्ही सकलजन

तेच प्रश्न सतावती तेव्हाही गर्भवतीस
जे असती मर्मस्थळी देशी या आजमितीस
त्यास्तव तर हजर असे सूत्रधार या स्थानी
त्रासित तो समकालीन राजनीतिक प्रश्नांनी

[मध्यंतर]

अंक दुसरा

[तेच दृश्य. गर्भवतीला सूत्रधार आणून दगडावर बसवतो. आतापर्यंत गर्भवती आणि सूत्रधार यांच्यात एका प्रकारची जवळीक तयार झाली आहे. त्यांच्या शारीर वावरण्यातून ती अभिव्यक्त होते. मागे युद्धाची तयारी आणि आरोळ्या.]

कोरस : सांगतो अशी तुम्हा विलक्षण कहाणी ही
नसे कोणि इथे धवल वा पुरता काळाही

यशशिखरी बसेल का त्यांच्यातिल वीर तोच
जो असे नीतिवान आणि असे सुलक्षण
राहा तयार अनुभवण्या हे तुम्ही सकलजन

तेच प्रश्न सतावती तेव्हाही गर्भवतीस
जे असती मर्मस्थळी देशी या आजमितीस
त्यास्तव तर हजर असे सूत्रधार या स्थानी
त्रासित तो समकालीन राजनीतिक प्रश्नांनी

गर्भवती : ऋषिवर, मला कळत नाही, मग हे यांनी आधीच का नाही केलं?
द्वंद्वच करायचं होतं राज्य कोणाचं ते ठरवण्यासाठी, तर महायुद्ध कशाला मांडलं?
का मेले माझ्या नाथांसारखे असंख्य?

सदासर्वकाळ हे युद्ध धर्मासाठी, न्यायासाठी असं तुम्ही
म्हणता कसं काय?

मी तर शूद्र स्त्री, मला कळणार ते काय—

पण या भीषण हत्याकांडानंतर हा प्रश्न विचारण्याचं धाडस
करण्याशिवाय गत्यंतर नाही,

माझ्या अंगाची होणारी लाहीलाही थांबण्याचा दुसरा
पर्याय नाही.

आम्ही वारंवार ऐकत आलो आमचा धर्म कोणता,

प्रजेचा धर्म कोणता, शूद्रांचा कोणता आणि क्षत्रियांचा
कोणता...

सूत्रधार : खरं आहे हिचं म्हणणे, हे सारं तुम्हीही सांगितलेत,
चांगल्या राजाचा धर्म कोणता हे तर तुम्ही महाभारतात
अनेकांच्या तोंडून अनेकवार वदवलेत—

गर्भवती : आम्हाला तर ते इतर कोणी सांगण्याचीही जरुरी नाही,
प्रजेच्या दृष्टीने चांगला राजा कुठला हे इतर कोणी
प्रजेलाच सांगण्याची आवश्यकता नाही.

मुनिवर, आम्हा सगळ्यांना आहे पूर्ण ठाऊक ते,

दुर्योधन सामान्य प्रजेसाठी किती चांगला राजा होता ते!

त्यांनी प्रजेला कधी नाही नाडले,

त्याने नाही कोणाला कधी वाऱ्यावर सोडले—

सूत्रधार : तुमच्या महाभारतात तसा उल्लेख कुठेही नाही,
तुम्हीच म्हणता तो कंसासारखा वा जरासंधासारखा दुष्ट
राजा नाही—

गर्भवती : मी म्हणते ते बरोबर असले तर प्रश्न येतो कुठे या
सगळ्यात धर्माचा?

प्रश्न उरतो तो या राजपुत्रांमध्ये असलेल्या व्यवहाराचा!

राज्यावर हक्क कोणाचा याचा,

व्यक्तिगत राजकारणाचा.

तो त्यांना, ते आत्ता लढताहेत तसंच एकमेकांत लढून
सोडवता आला नसता?

हा खेळ इतर असंख्य न मरता मांडता आला नसता?
आता सांगा तुम्हीच— का जन्मावे माझ्या बाळाने अशा
जगात—

सूत्रधार : (न राहवून पुढे येत—) आणि या अशाच जगाचा उल्लेख
केला मघा दुर्योधनाने,
आणि यावर राज्य करण्यात तरी काय हशील असं
सुचवलं युधिष्ठिराला त्याने.
मोठाच विरोधाभास नव्हे का हा?
प्रश्न पडला होता ना अर्जुनाला, युद्धाआधीही हा?
तुम्ही सर्वज्ञानी अशी तुमची ख्याती आहे व्यासमुनी,
नक्कीच असतील याची उत्तरं तुमच्या मनी—

व्यास : (दीर्घ श्वास सोडत) प्रश्न तेच राहतात
पण अर्थ बदलतात.
त्याचं कारण — धर्म स्थिर नसतो,
तो काळाबरोबर बदलतो.
आणि प्रश्नाची उत्तरं नीट कळली तरी माणसं,
त्याप्रमाणेच जगतात, होतं कधी जगात असं?
म्हणूनच तर झालो शेवटी मीही उद्विग्न आणि खचलेला,
...पण मला सांग, तू का आला आहेस आज इथे मुला,
तुझा काळ वेगळा,
त्या काळाचा धर्म वेगळा...
त्याचं काही नातं नाही या युद्धाशी.

सूत्रधार : महर्षी, मी जे विचारायला आलो आहे त्याची मला लाज
वाटते खरंतर...
मी विचारायला आलो होतो काही प्रश्न,
जे खरोखर बाळबोध वाटतात असे प्रश्न—

व्यास : कुठले प्रश्न? आता लाजू नकोस,
विचारण्यापासून मागे हटू नकोस..

सूत्रधार : प्रश्न खरोखरच आहेत साधे, एकदा माझ्या आजीने मलाच
विचारलेले,

त्यांनी मला अनेक दिवस आहे झपाटलेले.
व्यास तुम्ही, तुमचा आवास सर्वकाळात,
जाणताच तुम्ही किती भयंकर हिंसा वाढलेली आहे
आमच्याही काळात.
नसेल प्रत्यक्ष भारतीय युद्ध,
वा उलटून गेलं असेल पाऊण शतक झाल्याला दोन्ही
महायुद्धं,
पण म्हणून काय झालं?... वातावरण आहे एक सततचं
हिंसक,
सतत असतो एक तणाव, जो माणुसकीलाच बाधक.
एके दिवशी माझी म्हातारी आजी मला म्हणाली,
'का वागतात माणसं अशी? का नाही ती प्रेमाने जगू
शकत एकमेकांबरोबर मेली?'
तिचे प्रश्न ऐकूनच मला हसू आलं,
किती हा बाळबोध प्रश्न असं क्षणात वाटून गेलं.
मग मी ऐकवली तिला लांबलचक तत्त्वज्ञानं... आमच्या
आधुनिक काळातली सगळी,
मला ठाऊक असल्यातली आणि नसल्यातली.
या युद्धासारखंच अठरा दिवस
सांगत होतो मी तिला माझा अभ्यास...
सगळं सांगून झाल्यावर ती म्हणाली,
'खरंच बाई...
अवघड आहे जग. तू काय म्हणतोस ते मला कळलं
नाही काही,
किती गुंतागुंतीचं ते... पण तू आहेस हुशार...
माझी चिंता संपली बाई, आता मी मरायला आहे तयार–'
आणि त्याच रात्री म्हातारी मेली,
त्यानंतर अनेक रात्री मला झोप नव्हती लागली.
मला जाणवत होतं परत परत,
तिच्या प्रश्नाचं उत्तर काही मी तिला दिलं नव्हतं.

प्रश्न उरलेलेच!

काही नवे तर काही तेच!

मग मला कळेना तिचा प्रश्न बाळबोध होता का भयंकर गहन?

पाहिले सगळे परत आठवून मीच तिला सांगितलेले तत्त्वज्ञान.

माझ्या लक्षात आले की हे आमच्या काळातले तत्त्वज्ञान असो कितीही वेगळे आणि आलेले अनेक ठिकाणांहून आज आमच्यात,

आमच्या मानसिकतेत रुतून बसलेल्या मूलभूत नैतिक सूत्रांचे मूळ अजूनही आहे गीतेत आणि महाभारतात!

सहिष्णुतेने भरलेला इतिहास आणि एकात्मतेने भरलेली संस्कृती आहे माझ्या भारत देशाची,

असे सांगत केले आहे काहींनी अरुंदच आमचे परिप्रेक्ष,

इथे येऊन पाहिलं तर मिळत नाही त्याची साक्ष.

हिंसा मात्र आहे इथेही आणि तिथेही,

उत्तर मिळेना मला कुठेही.

विविधतेच्या विरोधात माझ्या काळी जगभरातच वाढतानाच दिसते ती,

आधुनिक तंत्रज्ञानही त्या कामी येती, परत आम्हाला प्रश्न तेच पडती.

मानवच तयार करतो ही मिथके पूर्वींची आणि सांप्रतची,

पण तीच त्याच्यावर काबू मिळवून करतात मानवाचीच गोची!

आजपर्यंत मला हिंमत होत नव्हती विचारण्याची हा प्रश्न तुम्हाला,

पण या गर्भवतीला पाहून आणि तिचे बोलणे ऐकून हिंमत आली मला.

खरेच, काय अर्थ आहे या सगळ्याला, महर्षी?

का नाही माणसे सुखाने जगू शकत एकमेकांबरोबर,
राजर्षी?

काय असावीत नीतितत्त्वे त्यासाठी जुनी असोत वा
नवी?....

ती तशी काही असलीच तर माणसांना त्याप्रमाणे
वागण्यात अडचण तरी का व्हावी?

तुमचे उत्तर मला ठाऊक आहे,

माणसाचे जीवनच निर्थक आहे!

हे सूत्र आमच्या मनावर बिंबवण्यासाठीच रचलेत ना
महाभारत?

पण मग ते आमच्या मनावर बिंबत का नाही?

या गर्भवतीचा प्रश्न काही वेगळा नाही.

काही बाळबोध प्रश्न खरोखर फार मूलभूत असतात.

त्यांना उत्तरे देण्याच्या क्षमता फक्त तुमच्यासारख्यातच
असतात—

व्यास   : महाभारतातल्या या प्रसंगी तुझ्या प्रश्नांची उत्तरे दडली
आहेत मुला,

त्या प्रसंगातल्या सर्वांच्या सर्व बाजू बघून ठेव,

काही काळ स्वतःचे सगळे पूर्वग्रह बाजूला ठेव.

उत्तरे नुसती कोणी सांगून कळत नसतात,

कळलीच तर स्वतःची स्वतः कळतात.

(गर्भवतीकडे बघत)

या मुलीची तर गोष्टच वेगळी— ती प्रत्यक्ष भागीदारच
आहे या इतिहासाची,

तिला हे सर्व प्रत्यक्ष जगावं लागणार, ही कहाणी आहे
खरं तर तिची.

कदाचित तीच या प्रसंगी काय करते, कशी वागते,

यातूनही तुला आणि तिलाही काही होईल बोध!

कळेल तुम्हाला कदाचित की कधीच न संपणारा आहे हा
शोध!

धर्म काळाबरोबर बदलतो असं मी मघाशी म्हटलं—

सूत्रधार : हे तर तुम्ही माझ्या काळातल्या लोकप्रिय तत्त्वज्ञानांसारखं
बोलायला लागलात,
त्यांना सांप्रत उत्तराधुनिक म्हणतात,
ते मानतात की कुठलेच अर्थ सार्वत्रिक आणि
सार्वकालिक नसतात,
सगळ्याचेच अर्थ बदलते असतात...
पण मग—

व्यास : ते म्हणतात ते पूर्णपणे चूक नाही,
पण त्यालाही मर्यादा आहेत ना काही.
काही गोष्टी तरीही असतातच सार्वकालिक... मृत्यू आणि
जन्माला येणे,
मरेपर्यंत जीवनाची अपरिमित असोशी असणे,
जीवनाला अर्थ हवा असण्याची प्रचंड ओढ आणि तरीही
सतत जाणवणारी विफलता असणे,
दुसऱ्याबरोबर स्पर्धा करण्याची असीम ईर्षा असणे आणि
तरीही एकटेपणाची भीती वाटणे,
सार्वकालिक अंतर्विरोध असे असती अनेक—
[मागून गदायुद्धाआधीच्या आरोळ्या जोरात येतात.]
पण आता अधिक चर्चा करायला वेळ नाही...
यांच्यातील गदायुद्ध सुरू होण्यात आहे,
ते विलक्षण हिंसक असणार आहे.
अशा वेळी मुली, तुझ्या या अवस्थेत तू युद्धभूमीच्या
इतक्या जवळ असणं योग्य नव्हे...
चल, लवकर त्या अश्वत्थ वृक्षामागे चल—
[दोघे तिला शक्य तितक्या त्वरेने बाजूला घेऊन जातात.
ती कण्हते, विव्हळते. उघडपणे तिचे दिवस भरत आले
आहेत. तिचे विव्हळणे मागच्या वीरांच्या आरोळ्यांच्या
गदारोळात नीट ऐकू आले नाही तरी त्यातला विरोधाभास

जाणवतो. मधल्या रिंगणात आता युद्ध सुरू होते. मधेमधे कोरस ऐकू येत राहतो.]

कोरस : युद्ध सुरू होता सुरू होती ना ना प्रकारची दुःश्चिन्हे
वारा वाहो लागे घमघमघमा
होई उल्कापात कडकडकडा

अंधःकाराने व्यापित चहुदिशा
धुळिने भरे भूमंडळ
अरण्ये वृक्षे लागती थरथरू
दगडगोटे लागती अवकाशी भिरभिरू
मृग पळती दशदिशा
कोल्हे करती कर्कशा

योद्धे ओरडुनी तुटून पडती आरोळ्यांच्या कानठळ्या
हत्ती जणू पिसाळलेले की विद्युल्लतेचा कडकडा
प्रेक्षक मिटती डोळे ठिणग्यांचा लोळ उडे आपटता गदेवर
गदा
रव तो असा की प्रेक्षकांच्या अंगावरती काटा सदा

[मागे गदायुद्ध अधिकाधिक तीव्र आणि हिंसक होत जाते.
या पार्श्वभूमीवर कोरसचे शब्द ऐकू येत राहतात.
रंगभूमीवरील इतर व्यवहाराचा कोरसच्या शब्दांशी
असलेला विरोध शेवटपर्यंत जाणवत राहावा.]

कोरस : महाभारत सांगे चार तत्त्वे
मुरली जी संस्कृतीत या देशी
तत्त्व पहिले असे अहिंसेचे

[घमासान युद्ध चालू आहे. प्रेक्षकांतून अभिनिवेशी
चित्कार. भीमाचा वार लागून दुर्योधन खाली पडतो.
प्रेक्षक कुचेष्टेने हसू लागतात.]

कोरस : दुसरे असे विरक्तीचे

[दरम्यान दुर्योधन उठून उभा राहिला आहे. युद्ध अधिकच त्वेषाने. आता दुर्योधनाचा वार लागून भीम खाली पडतो. दुर्योधन स्वतःची छाती पिटत 'मी... मी...' असे म्हणत प्रेक्षकांकडे क्रुद्ध नजरेने बघतो. बाकी एकदम शांतता पसरते.]

कोरस : तिसरे तत्त्व असे स्थिप्रज्ञतेचे
तू नच कर्ता असे सांगणारे

[भीम उठतो. परत युद्ध चालू होते. पण आता उघडपणे दुर्योधनाची सरशी होत आहे. आवाज आणि डरकाळ्या फक्त त्याच्याच. बाकीची बरीच शांतता. ही शांतता आणि गदाघाताचे आवाज काही वेळ अंगावर येत राहतात. मग अर्जुन श्रीकृष्णाला एका बाजूला घेताना दिसतो.]

अर्जुन : (शांतता आणि गदाघातांच्या आवाजाच्या पार्श्वभूमीवर कुजबुजतो, आवाजात चिंता.)
जनार्दना, या दोघांमध्ये कोण वाटतो उजवा तुला?

श्रीकृष्ण : उघडपणे दुर्योधन,
भीम आहे खरा बलवान;
पण दुर्योधनाच्या अभ्यास आणि कौशल्यावर मात करायला नाही ते पुरेसे,
जरी वाटले आपल्याला कितीही ते हवेसे.
कुंतीपुत्रा, भीमसेन जर लढत राहिला धर्माने,
तर त्यास अशक्य आहे विजय प्राप्त होणे.
गांधारीपुत्राची रसशी नक्की समज,
भीती होती याचीच मला सुरुवातीपासूनच—

अर्जुन : मग?

श्रीकृष्ण : प्राविण्याचा नव्हे तर धर्माचा व्हायला हवा विजय,

वारंवार विदीत करत आलो मी, कपट करणेही योग्यच
असते टाळण्यासाठी पराजय.

कपटानेच देवांनीसुद्धा दैत्यांना जिंकले आणि कपटानेच
इंद्रानेही विरोचनास जिंकले,

भगवान विष्णूने तर अनेक युक्त्या लढवूनच बलीला बद्ध
केले,

आणि राजा मीही पूर्वी महादैत्य तारक आणि वीर्यवान
विप्रचित्ती यांना वाममार्गानेच परलोकी पाठविले,

राजा, इंद्र स्वर्गाचा उपभोग घेतो आहे तो कसा असे तुला
वाटते?

कपटक्रिया ही मोठी बलवान असते.

म्हणून म्हणतो, भीमानेही कपटप्रचुर असा पराक्रम करावा
विचार टाळून नसते.

शिवाय धनंजया, द्युताचे वेळी भीमाने तशी केलीच आहे
ना प्रतिज्ञा,

'युद्धात करीन तुझी मांडी गदेने चूर्ण मी' आता त्याने
निश्चिंत मनाने आणि वेळ न घालवता करावी पूर्ण ती
प्रतिज्ञा.

समोर शत्रू उभा राहिल्यावर तो संख्येने कितीही कमी
असो त्याकडे करू नये दुर्लक्ष,

हे शुक्राचार्यांसारख्या तत्त्वज्ञ आणि राजकारणपटूचे बोलच
आहेत याची साक्ष.

गमावण्यासारखे काही उरलेले नाही दुर्योधनाकडे आता,
तो जिवावर उदार होऊनच लढणार आता.

पार्था, जर हा महाबाहू भीम त्यास अन्यायाने न मारील,
तर निश्चित समज हा कौरवच आपला राजा होईल!

[मागे गदायुद्ध सुरूच आहे. अर्जुन भीमाचे लक्ष वेधून
घेतो आणि आपल्या मांड्यांवर हातांनी आघात करीत
सूचना करतो. भीम किंचित मान हलवून खूण लक्षात
आल्याचे दर्शवितो. काही क्षण फक्त युद्ध आणि थोड्याच

वेळात भीम दुर्योधनाच्या मांड्यांवर गदा मारतो. गदा मांड्यांवर जोरात आपटल्याचा आणि दुर्योधनाच्या चित्काराचा आवाज एकाच वेळी. काहीच क्षण पण पूर्ण स्तब्धता. सर्वच आवाक! पुढील कोरस ऐकू येत असता सर्वजण स्तब्ध होतात.]

कोरस : आणि चौथे कळीचे तत्त्व असे सत्य
सत्य असे ते कळीचे तत्त्व नीतीचे
चार मूल्ये ही राज्य करिती
मानसावर भारताच्या
जावोत शतके बदलोत युगे
येवो भाग्यात आधुनिकताही या संस्कृतीच्या
ही तत्त्वे धरिती हृदयी वागती पण उफराटे
हे सार असे भारताच्या या इतिहासाचे

[सर्वत्र एकच कल्लोळ उठतो. पण भीम हात उंचावून तो थांबवतो. नंतर तो खाली पडलेल्या दुर्योधनाकडे जातो.]

भीम : मंदा, पूर्वी सभेत एकवस्त्रा द्रौपदीस गाय गाय म्हणून हिणवले होतेस आठवते?
तुलाच नव्हे तर तुझ्या सगळ्या भावांना आता धाडले आम्ही यमसदनाला आता कसे वाटते?
आता मी जाईन स्वर्गास अथवा मिळेल मला नरक, त्याची तमा मी नाही बाळगत—
[येवढे बोलून भीम दुर्योधनाचे मस्तक दोनदा डाव्या पायाने लाथाडतो. दुर्योधन कळवळतो. तो परत तसे करणार तेवढ्यात युधिष्ठिर पुढे होऊन त्यास थांबवतो. तो काही बोलणार तेवढ्यात मागून एक विक्राळ गर्जना ऐकू येते. ती बलरामाची असते. तो हातात नांगर घेऊन, तो उंचावून भीमाच्या दिशेने धावत येतो. तो अतिशय रागावलेला आहे. पण तो भीमाजवळ पोचण्याआधीच श्रीकृष्ण त्याला थांबवतो.]

श्रीकृष्ण : दादा, दादा ऐक...

बलराम : आता ऐकण्यासारखे कृष्णा, काहीही नाही उरले,
या अधर्म्याने गदायुद्धात कमरेखाली वार करण्याचे दुष्कृत्य
आहे केले.
गदायुद्धात कमरेखाली वार न करण्याचा नियम भीमाला
ठाऊक नाही हे तर शक्य नाही,
असे नीच कृत्य करताना मी आजतागायत कोणालाही
पाहिलेले नाही.
लाज वाटते तो माझा शिष्य आहे याची,
याला शिक्षा मिळालीच पाहिजे या कुकर्माची.
तू हो बाजूला, मला नकोस अडवू–

श्रीकृष्ण : दादा, एक क्षण माझं बोलणं ऐका... केलेली प्रतिज्ञा
पाळणं हा क्षत्रियाचा अजून एक आहे धर्म,
आणि भीमाची तशी प्रतिज्ञा होती हेच आहे त्याच्या या
कर्मामागचे मर्म.
शिवाय पांडव हे आपले आप्त, आपले मित्र ते
स्वाभाविकच,
त्यांना त्यांच्या शत्रूने वाईट वागवले असता त्यांच्या बाजूने
आपण उभे राहावे हे तर सर्वार्थाने नैतिकच.
तुम्ही तर धर्माचे कैवारी आणि क्रोधावर विजय
मिळवलेले अशी तुमची विश्वात ख्याती,
तुम्हीच अशा प्रसंगी रागावलात तर इतरांस पडेल ना
भ्रांती.
करतो आहोत प्रवेश आपण कलियुगात,
आता अशा कृत्यांना नाही उपाय या जगात.
या योगे हा वैराचा प्रवास संपला यात काहीच नाही का
हित सर्वांचे?
याचसाठी ना शेवटी सगळे मार्ग धर्माचे?

बलराम : (क्षणिक विराम. त्याच्याकडे राग आणि हताश निवृत्ती
अशा दोन्ही भावांनी भरलेल्या नजरेने बघतो.)

गोविंदा, तूच यांच्या बाजूचा आहेस म्हटल्यावर मार्गच
खुंटला—
गेले काही दिवस हेच होत आले आहे, आणि म्हणूनच
मी युद्धात न पडता गेलो होतो निघून तीर्थयात्रेला;
आज दुर्दैवाने इथे आलो असे म्हटले पाहिजे,
त्यामुळेच हताशपणे साक्ष राहावे लागत आहे या
अधर्माला.
मी तुला लहानपणापासून पाहत आलो आहे वागताना
असे,
नाही ठाऊक मला की सज्जनांची बाजू अशाप्रकारे
घेण्याचा तुझा मार्ग उचित आहे किंवा कसे.
नाही ती माझी पात्रता,
पण लक्षात घे मी आता काय सांगतो त्यातली सत्यता.
धर्म दोन गोष्टींनी होतो हीन, एक अर्थाने आणि दुसरा
कामाने,
तोच होतो सुखी जो वागतो, धर्म, अर्थ आणि काम या
तिघांचेही एकसमयावच्छेदेकरून समसमान पालन करावे
या नियमाने.
(क्षणिक विराम.) तू असता माझे येथे काय काम? तू
आहेस सर्वसमर्थ...
पण एक सांगतो. भीमाने केले ते ठीक नव्हे हे आहे
सिद्ध,
भीम जगात कपटयोगी म्हणून होईल प्रसिद्ध...
[येवढे म्हणून बलराम नांगर भीमाच्या दिशेने भिरकावतो
आणि चालू लागतो. काही क्षण एक निस्तब्ध शांतता.
बलराम असे बोलून निघून गेल्यावर पांडव खिन्न झालेले,
विशेषतः युधिष्ठिर बराच खिन्न आणि दुःखी. तो जमिनीवर
पडलेल्या दुर्योधनाकडे जातो.]

युधिष्ठिर : (दुर्योधनास उद्देशून) सुयोधना, भीमानं तुला लाथ मारली
ते ठीक केलं नाही.... कदापि नाही.

त्यासाठी क्षमा कर आम्हाला,

आता या प्रसंगी तू नको मानू आमचा राग, वा नको दूषणं देऊ स्वतःला.

[पांडवांचे समर्थक परत दुर्योधनाविरुद्ध घोषणा देऊ लागतात. त्याला हिणवून हसू लागतात. तेव्हा त्यांना श्रीकृष्ण थांबवतो—]

श्रीकृष्ण : हां... हां... असं करू नका.

घायाळ वा मेलेल्या शत्रूवर अधिक प्रहार करणे नाही कदापि योग्य,

वारंवार केलेल्या चुकीच्या वर्तनानी आणि बोलण्यानी होणार होते हेच याचे भाग्य.

ज्येष्ठांचा सल्लाही न ऐकणारा हा पापी, निलाजरा, लोभी मनुष्य—

जेव्हा विदुर, द्रोण, कृपाचार्य आणि भीष्म परोपरीनं विनवीत होते

तेव्हा त्यांचेही न ऐकता, शकुनीच्या जीवावर मारीत होता गमजा,

पांडवांना त्यांचा वडिलार्जित राज्याचा हिस्सा साफ देत नाही म्हणाला,

तेव्हाच होता हा मेलेला हे समजा.

आता मरणाजवळ तडफडत असणाऱ्या या पातक्याला अजून मारण्यात नाही अर्थ—

[श्रीकृष्णाचे हे शब्द ऐकून दुर्योधनाचे शरीर जोरात थडथडते. तो सर्व शक्ती एकवटून, कोपरावर जोर देऊन उठून बसतो. त्याला प्राणांतिक घोर वेदना होत आहेत हे उघड आहे. पण त्याच्या आवेशात त्या विसरून तो कृष्णाला उद्देशून बोलू लागतो.]

दुर्योधन : अरे कंसाच्या दासाच्या पोरा,

तू पूर्णपणे अधर्मानं या युद्धात मला मारवलेस त्याची तुला नाही वाटत लाज?

'मांड्यांवर प्रहार कर,' अशी सूचना तू अर्जुनाकरवी भीमाला दिलीस हे माझ्या नजरेतून सुटेल असे तुला वाटले आज?
मला तुझ्याशी एक डाव बोलायचेच होते,
किंबहुना, पांडवांच्या बाजूने शिष्टाई करण्यास तू आलास तेव्हाच मी तुला संपवायला हवे होते.
मी ते करणारही होतो पण ज्येष्ठांनी मला थांबवले,
आणि तू म्हणतोस मी त्यांचे कधीच नाही ऐकले?
कमाल आहे तुझ्या दुतोंडीपणाची,
कारण याच ज्येष्ठांना, ते माझ्या बाजूने रणात उभे राहिल्यावर कपटानेच मारलेत तुम्ही!
भीष्म, द्रोण आणि कर्ण या तिघांचीही हत्या अधर्माविना कधीच करू शकला नसतात तुम्ही.
हे सगळे तू उघड्या डोळ्यांनी निव्वळ पाहिलेच नाहीस तर स्वतः घडवून आणलेस,
अर्जुनाला कर्णाच्या विशेष शक्तीपासून वाचवण्यासाठी तू घटोत्कचाला बळी देण्यासाठी पुढे केलेस.
अशी किती उदाहरणे सांगू मी?.. आणि हे कशाकरता आणि का?
तर पांडवांना त्यांचा हिस्सा मिळावा म्हणून... का?
त्यांना तो तसा आधी मिळाला नव्हता का?
त्या वेळी काय केले त्यांनी?
तर मायावी राजवाडे बांधून, तिथे आम्हाला आमंत्रित करून माझा आणि माझ्या प्रिय कर्णाचा अपमान केला या अधमांनी!
त्यांनी राज्य घालवले ते द्यूत खेळून, जे खेळण्यासाठी आले होते ते राजीखुशीने,
त्यांना कोणी नव्हती केली सक्ती,
नसेल खेळले गेले ते विशिष्ट पद्धतीने.. पण तूच सांगतोस ना, राजकारणात क्षम्य असतात सर्व युक्ती!

या द्यूतप्रसंगी होता कुठला प्रश्न धर्म-अधर्माचा,
प्रश्न होता बास, राज्याचा.
युधिष्ठिराला द्यूतविद्या अवगत नव्हती तर त्याने खेळायला
हवा होता नकार द्यायला,
कोणी थांबवले होते त्याला?
आणि त्यांचे राज्य ते द्यूतात हरल्यावर आम्ही खेळ होता
थांबवला,
कारण आमचा कार्यभाग होता साध्य झाला!
आठव, यांनीच चालू ठेवलं ते पुढेपर्यंत,
अगदी द्रौपदीला पणाला लावेपर्यंत.
द्रौपदीच्या अपमानाची कहाणी सांगता तुम्ही विव्हळ
होऊन प्रत्येक प्रसंगी,
पण त्या मानिनीचा अपमान तुम्ही – तिच्या पतींनीच
जितका केला तितका अन्य कोण करू शकेल?
एखाद्या गायीप्रमाणे द्रौपदीला – स्वतःच्या धर्मपत्नीला –
द्यूतात पणाला तुमच्याशिवाय कोण लावेल?
सहज कायमस्वरूपी तिला दासी म्हणून माझ्या अंतःपुरात
ठेवून घेता आली असती मला,
पण तू सतत नावे घेतोस त्याच श्रेष्ठांनी सांगितल्यावर परत
तुमच्या केली हवाली मी तिला.
द्रौपदीची विटंबना करणारे तुम्हीच
आणि स्वतः मागे राहून अभिमन्यूला चक्रव्यूहात
पाठवणारेही तुम्हीच.
धर्माच्या नावाने गळे काढण्याचा तुम्हाला अधिकार नाही,
आणि मला बोल लावण्याचा तर नाहीच नाही,
मृत्यूच्या या तांडवानंतर माझीच अनेक दुष्कृत्ये आज
मलाही स्पष्ट दिसताहेत,
आणि त्यातला माझा वाटा मी नाकारत नाही.
मी असो कसाही,

पण त्या प्रत्येक वेळी, प्रश्न फक्त 'राज्य कोणाचे' याचा
होता हे मान्य करावे लागेल तुलाही,
आणि माझ्या मते त्यावर पांडवांचा कुठलाही अधिकार
नाही.
त्यांचा पिता पांडू राज्यसंन्यास घेऊन गेला हा माझा दोष
नाही,
आणि मुळात नाहीत ते पांडुपुत्रही, पण ते सर्व आता परत
उगाळण्यात अर्थ नाही.
आज या मरणासन्न अवस्थेत आहे मी उभा,
म्हणून तुला काही महत्त्वाचे सांगण्याची घेतो मी मुभा.
ऐक-
माझ्याही चुका झाल्या नाहीत असा नाही माझा दावा....
पण काही एक पणाला लावून आणि त्यासाठी हवे ते
सोसून जगलो मी,
एका वीरासारखा, आत्मसन्मानानेच मरणारही आहे मी,
आणि म्हणूनच आजही या मूर्ख युधिष्ठिराने परत मला
राज्य मिळवण्याची संधी दिली असताही भीमाशीच
लढण्याचे आव्हान दिले ना मी?
म्हणून हा प्रश्न ऐक एक महत्त्वाचा –
अरे, ज्यांच्याकडे युक्ती, शक्ती आणि कौशल्य नाही,
ज्यांना त्यांच्या भल्यासाठी सतत देव लागतो,
त्यांना का सतत पाठिंबा देतोस तू?
आणि तेही अधर्म करून!... आणि कधीही स्वतः हातात
शस्त्रही घेत नाहीस तू.
ते केलं असतंस तर आम्हाला समाधान तरी मिळाले
असते.
की निदान रावणाप्रमाणे आपण देवाकडून मारले गेलो,
मानव म्हणून आपण कमी नाही पडलो.
पण सर्व करून तुम्ही नामानिराळे!
हा कसला धर्माचा विजय हेच मला न कळे!

धर्माप्रमाणे युद्ध करून हे पांडव कधीच युद्ध नसते
जिंकले–

[दुर्योधन थकून आडवा होतो. श्रीकृष्ण त्याच्या अधिक
जवळ जात–]

श्रीकृष्ण : गांधारीपुत्रा, तू बोलतोस त्यात सत्याचा अंश नाही असे
नाही,

पण आत्ताही तू अर्धसत्यच बोलतोस असे तुला वाटत
नाही?

खरे तर कारण नाही या सर्वाचा परत ऊहापोह करण्याचे
आता,

मरण टाळू शकण्याच्या अवस्थेतही नाहीस तू आता.

पण नकोस एक विसरू, या सगळ्या घटनांच्या मागे होता
तो तुझा हव्यास,

अगदी लहानपणी भीमसेनाला विष चारण्याच्या
प्रयत्नापासून ते पांडवांना पुरोचनाकरवी जाळून मारण्याच्या
प्रयत्नापर्यंतचा तुझा हावरा ध्यास.

तू वीर आहेस, कर्तृत्ववान आहेस, आणि
आत्मसन्मानाला जपणारा आहेस याबाबत शंका नाही
कोणाला,

त्यासाठी मीही आदराने वागवावे खरेतर तुला.

पण माझ्या मार्गात तू आलास तर मी कपट करायलाही
मागेपुढे पाहणार नाही,

कारण मला करायचे आहे अंतिम धर्माचे रक्षण,

आज होऊ दे याने तुझे शेवटचे शिक्षण.

मुळात भीष्म, द्रोण, कर्ण माझ्या कपटामुळे मारले गेले
असे तू म्हणतोस, पण आहे ते चूक,

खरी गोष्ट अशी आहे की ते अयोग्य बाजूने,

तुझ्या हव्यासाच्या बाजूने उभे होते, या सर्वांमागे आहे
तुझी अमीट भूक!

आणि हा प्रश्न नाही निव्वळ आध्यात्मिक धर्माचा,

प्रश्न आहे तो सामाजिक घडीचाही आणि राजकारणाचा.
या भारतवर्षातल्या क्षत्रिय कुलातल्या राजांच्या
आपापसातल्या व्यवहाराची आहे एक व्यवस्था,
द्वापारयुगात आहेत त्याचे काही नियम;
त्यात जिंकून घेतलेल्या राजांचेसुद्धा राज्य त्याला परत
करण्याची पद्धत आहे कायम.
त्यामुळेच हा प्रदेश आहे इतका समतोल,
तुझ्यासारख्याचा राज्याचा मोह ढासळवतो ना त्याचा
तोल.
म्हणूनच जरासंधालाही मला शिक्षा करावी लागली,
त्याच्या अशा वागणुकीची किंमत त्यालाही मोजावी
लागली.
मी वासुदेव आहे,
ते माझं राजकीय कर्तव्य आहे.
तेव्हा त्याही अंगाने पाहिले, तरीही मी तुला खरेतर
कितीतरी आधीच ठार करायला हवे होते,
मी जी दुष्कृत्ये केली ती तुझ्याच नीचपणामुळे मला करणे
भाग होते.
त्याचं फळ तू आता भोग—
[युधिष्ठिर दुर्योधनाच्या परत जवळ येतो. आता त्याच्या
स्वरात काहीसे ममत्वही आहे.]

युधिष्ठिर : ज्येष्ठ कुरुपुत्रा, आता या सगळ्याची संपली आहे वेळ,
खरं तर पूर्वसंचिताचाच हा सगळा खेळ.
काही खेळ आपल्या हाताबाहेरचे असतात,
काही गोष्टी भोगूनच संपतात!
तू स्वतःबद्दलही शोक करण्याचे नाही कारण,
कारण तुला आलं आहे अभिनंदनीय अशा प्रकारचे मरण.
सांप्रत प्रसंगी आमची स्थितीच सर्व प्रकारे शोचनीय आहे,
इतक्या मोठ्या प्रमाणावर होणार असलेल्या प्रिय
व्यक्तींच्या वियोगाने आम्ही तर हतबल झालो आहोतच,

पण त्यांच्या विधवांना आता आम्ही कसे सामोरे जाणार आहोत,

हा विचारही माझ्या अंगावर काटा आणतो आहे,

त्यांना मी कसं तोंड दाखवू? या सर्व चर्चेचा त्यासाठी काय उपयोग आहे?

खरोखर राजा, तुझीच स्थिती आज अधिक चांगली आहे, आमच्यासाठी इथली परिस्थिती आता नरकाप्रमाणेच असणार आहे.

तेव्हा हे वीरा,

तू आता शांतपणे मृत्यूला जा सामोरा.

[युधिष्ठिर मान खाली घालून दुर्योधनाशेजारी गुडघ्यांवर बसतो. काही वेळ शांतता. दुर्योधन निश्चेष्ट पडलेला. अर्जुन युधिष्ठिराजवळ जातो. त्याच्या खांद्यावर हात ठेवत]

अर्जुन : युधिष्ठिरा, इतका शोक करू नको.

या क्षणाची दुसरी बाजू नजरेआड करू नको.

आणि या पृथ्वीतलावर एकही असा जीव नाही की जो इतर कोणाला दुखावीत नाही.

प्रत्येक कृतीला चांगली आणि वाईट बाजू असतेच श्रेष्ठा!

युधिष्ठिर : खरं आहे, पण आपलीही काही जबाबदारी उरतेच, या क्षत्रिय धर्म नावाच्या गोष्टीतच काही तरी गडबड आहे, हे सत्य आहे खचितच.

काय हा राज्याभिलाषी अभिनिवेश! हा कसा असू शकतो कोणाचा धर्म?

नाही अर्जुना, केवळ या मागे दडून, हजारो माता-पित्यांची मुलं, बायकांचे नवरे आणि बहिणींचे भाऊ मारून मिळालेलं हे राज्य,

मला नकोसेच वाटत राहणार हेच आहे या गोष्टीचे मर्म—

मला तर वाटते, हा आपला वर्णाश्रमधर्मच आहे उभा हिंसेच्या पायावर

तरीही तू का भर देतोस याच्यावर?

या देशी झाली होती क्रांती एकवार अहिंसेची
ती गिळंकृत करून परत ही मांडणी हिंसेची
[श्रीकृष्ण युधिष्ठिराचे खांदे धरून त्याला उठवतो. आता श्रीकृष्णाकडे बघत]
कृष्णा, आणि हा असा क्षत्रिय धर्मही आम्ही पाळला नाही रे!
बलराम म्हणाला ते खरंच आहे आणि मघाशी सुयोधनही बोलत होता त्यातलेही बरेच काही खरे आहे रे.
आणि हेही खरेच की आता या पृथ्वीचा स्वामी मी झालो असलो तरी त्याचा काहीही आनंद मला वाटत नाही,
प्रभो, या अशा पृथ्वीशी माझे काही नातेच जुळत नाही.
ज्यांच्या ज्यांच्यावर म्हणून माझे प्रेम होते ते बहुतेक मारले गेले,
कितीतरी तर आमच्याकडूनच अभिनिवेशाने वधले गेले.
आणि त्याच वेळी असंख्य असे शूर सैनिक, ज्यांचा आमच्यातल्या वादाशी नव्हता काहीही संबंध,
मारले गेले तेही, लावू कसा याचा धर्माशी मी बंध.

अर्जुन : तो बंधच तर सांगते गीता,
कर्म आणि फळाची आशा सोडणे यांच्या मिलाफाबद्दल बोलते गीता.
सांगते– गरज आहे पहिल्यांदा स्वतःवर ताबा मिळवण्याची,
जर असेल दुसऱ्यावर सत्ता गाजवायची.
फळाच्या आशेशिवाय जो करू शकतो हिंसा त्याला लागत नाही पाप–

युधिष्ठिर : पण हे तर करू शकतो फक्त माणसातला अपवाद,
लाखातला एक – स्थितप्रज्ञ, जीवनमुक्त, पुरुष तो सिद्ध,
पण कोण आहे असा हे होणार कसे सिद्ध?
आणि, खरोखर कोणी होऊ शकलाच स्थितप्रज्ञ तर असेलही हिंसा क्षम्य त्याला,

पण असा खरोखर कोणी मर्त्य मानव होऊ शकतो का ही
शंका आहे मला.
याची उत्तरे नक्की नाहीत तोपर्यंत सगळ्यांसाठी असावी
अहिंसाच,
अन्यथा या नावाखाली मनुष्ये करत राहतील अनंत युगे
हिंसाच.
अशा महासंग्रामानंतर राज्य करू पाहणाऱ्या माझ्यासारख्या
राजाला हे प्रश्न छळणारच,
कारण त्याला उरल्या सुरल्या प्रजेला उत्तर द्यावं
लागणारच—

श्रीकृष्ण : धर्मराजा, हे खरंच आहे की हे वीरयोद्धे तुमच्याकडून
धर्माची बूज राखत कधीच गेले नसते मारले,
होते चारही अतिरथी आणि अतिकुशल, म्हणूनच ते मी
मारवले.
यानेच मिळतो स्वर्ग
असुरांस मारणाऱ्या देवांपासून चालत आला आहे हा
मार्ग.
तेव्हा तुम्ही त्यामुळे अशा उत्तमप्रसंगी नका होऊ खिन्न,
विश्वास ठेव, याशिवाय धर्माचा मार्ग नाही भिन्न.
मी तुमच्या बाजूने आहे,
हाच तुमच्या धर्मशीलतेचा आणि सद्वर्तनाचा सर्वश्रेष्ठ
पुरावा आहे.
अशा वेळी सत्य काय आणि असत्य काय, यापेक्षा इष्ट
काय आणि अनिष्ट काय याचा विचार अधिक महत्त्वाचा
ठरतो,
अंतिम धर्माच्या प्रस्थापनेसाठी कित्येकदा असत्याचा
आणि अधर्माचा स्वीकार करावा लागतो.
चला, आपण आहोत विजयी वीर,
या विजयाचं मूल्य इतर सर्व विचारांहूनही अधिक आहे
याने येऊ द्या धीर.

आनंदाने आणि हर्षने जयघोष करा आणि शिबिराकडे
चला—

आजचा दिवस सकल पृथ्वीसाठी आनंदाचा आहे...

आता इथे थांबण्याचे नाही प्रयोजन खरेच,

या क्रूरकर्म्यांच्या घटका आता आल्या आहेत भरत हे
झाले भलेच.

आता तुमच्या समोर पुढची अनेक आहेत कर्तव्ये,

धारातीर्थी पडलेल्या असंख्य योध्यांना शास्त्राप्रमाणे अग्नी
देणं आवश्यक आहे,

आणि धृतराष्ट्र आणि गांधारी यांना भेटण्याचं एक
अतिदुर्घट कार्य आता तुमच्या समोर उभं आहे.

तेव्हा इथून चला, पण ते एका विजयी वीराच्या थाटात
चला,

या सर्व श्रमांवर पाणी न फिरवता, आपल्या कृतीच्या
योग्यतेबाबत विश्वास ठेवून चला—

[श्रीकृष्णाने असे म्हटल्यावर सर्वजण चालू लागतात.
सर्वजण आनंदात. विशेषतः भीम आणि अर्जुन. युधिष्ठिर
अजूनही काहीसा मलूल. सर्व निघून गेलेले. एकटा
दुर्योधन अर्धग्लानीत. झाडामागे बसलेली गर्भवती शक्य
तितक्या वेगाने दुर्योधनाकडे येते. सूत्रधार तिला थांबवू
बघतो. पण व्यास त्याला तसे करण्यापासून थांबवतो.
उलट गर्भवतीला दुर्योधनाकडे जाण्यास मदत करतो.
त्याच्याकडे   पोचल्यावर   गर्भवती   दुर्योधनाला,
'राजाधिराज—' म्हणून हाक मारते. तो उत्तर देत नाही.
मग ती आपले ओले उत्तरीय त्याच्या चेहऱ्यावर पिळते.
तेवढ्या पाण्याने तो हलतो. आणि डोळे उघडतो.]

दुर्योधन : कोण? अश्वत्थामा? ये अश्वत्थाम्या—

गर्भवती : (धीर करून) नाही महाराज, अश्वत्थामा नाही... मी
तुमच्या सैन्यातल्या एका सामान्य सैनिकाची पत्नी—

दुर्योधन : (थकून) आता मी तुला काहीही देऊ शकत नाही स्त्रिये...

वाटलं मला अश्वत्थामा आला,
मघाशी परावृत्त केलं मी त्याला.
पण आता तो आला तर त्याला पांडवांवर पाठवीन,
कितीही कपट करून तुझ्या पित्याच्या वधाचा, आणि
माझ्याही वधाचा सूड घे म्हणून त्याला सांगीन.
पण आता तो येणार नाही...
(एकदम त्याला काही सुचतं आणि तो म्हणतो-)
माझी तुला आज्ञा आहे,
मी तुझा राजा आजही आहे...
सत्वर जा आणि अश्वत्थाम्याला माझा निरोप दे—

गर्भवती   : माझी ती अवस्था नाही महाराज. मी तर—
              [दुर्योधन तिच्याकडे नीट बघतो, तिच्या पोटाकडे बघतो
              आणि कण्हून परत आडवा होतो.]

दुर्योधन   : मग नुसतीच जा.
              निघून जा इथून. मी तुला काही देऊ शकत नाही...
              जा—
              (असे म्हणून तो डोळे मिटतो. क्षणिक विराम. दुर्योधन
              परत डोळे उघडून बघतो.)

दुर्योधन   : स्त्रिये, अजून तू इथेच? जा... युद्ध आता संपले असेल
              तुझा पती घरी परत आला असेल.

गर्भवती   : (निश्चयाने) माझे पती युद्धात कामी आले महाराज.
              [दुर्योधनाच्या तोंडून एक हलका ध्वनी उमटतो.]

गर्भवती   : तुमच्या प्रमाणेच अधर्मनि मारले गेले ते.
              समोरासमोर कोणाशी न लढताच मेले ते.

दुर्योधन   : हीच त्यांची नीती आहे स्त्रिये.... आणि खरं तर युद्धात
              हीच एक नीती असते.

गर्भवती   : आता तेही ज्ञान आलं आहे माझ्यागाठी,
              पण मग युद्ध केलंतच कशाला महाराज? अर्ध्या
              राज्यासाठी?
              युद्धात जिंकलेले धर्मराजही दुःखी

आणि हरलेले तुम्हीही दुःखी...
मग कशाला युद्ध?

दुर्योधन : (त्याही अवस्थेत हसतो.) ते तुला कळायचं नाही स्त्रिये...
सामान्य माणूस तू! (तुच्छतेने—) हं!
तुला नाही कळायचं,
धर्म-अधर्म, चांगलं-वाईट असं काही नसतं विचारायचं.
त्याला नसतो काही अर्थ,
जगण्यासाठी कोण अधिक श्रेष्ठ आहे हाच अंतिम परमार्थ.

गर्भवती : पण मग धर्माधर्माची येवढी चर्चा तरी कशासाठी?

दुर्योधन : धर्म-अधर्म, चांगलं-वाईट अशा चर्चा तुमच्यासाठी,
तुम्हाला भुलवण्यासाठी करायच्या असतात त्या गोष्टी...
जीवन दुःखाने असतंच भरलेलं, ते सहन करावंच लागतं
मुली,
काही माणसं उगाचच नैतिक वागून जीवनातलं दुःख नष्ट
करता येईल अशा भ्रमात असतात खुळी.
दुःख होत नसतं नाहीसं कधीच, हे कळतं चांगल्या नव्हे
तर महान माणसांना,
जे जग स्वतःला हवं तसं बदलण्यासाठी वापरून घेतात
दुःखांना.
धर्म, नीती अशा भ्रामक गोष्टी तयार केल्या जातात भोंदू
माणसांकडून, थांबवायला महामानवांना माझ्यासारख्या,
भुलवून सामान्यांना तुझ्यासारख्या.
युद्धाचे काही नियम सोडले तर धर्म, सुविचार यांना
असामान्यांच्या व्यवहारात अर्थ नसतो,
सांडलेलं रक्त आणि कठीण लोहाने तयार केलेली शस्त्र
हा या संबंधांचा पाया असतो.
सामान्यांचे नियम असामान्यांना लागू होत नाहीत, होऊ
शकत नाहीत.

गर्भवती : पण त्यात माझ्या पतीचा का बळी जावा, महाराज?
याला काय अर्थ आहे?

दुर्योधन : माणसाच्या जगण्याला काही अर्थ असतो का, स्त्रिये?
आकाशातून वीज पडते आणि एखादा माणूस मरतो...
का?.. कारण जगण्याला काही अर्थच नसतो.
जगण्याला अर्थ प्राप्त होतो ज्यांना तो हवा असतो
त्यांच्यासाठी,
उरलेल्यांची आयुष्यं त्याबरोबर वाहत जावं अशी,
पुरात सुसाट वाहणाऱ्या तुडुंब काठोकाठ भरलेल्या
नदीच्या पाण्यात पडलेली गुरं वाहून जातात तशी.
मी माझ्या जीवनाला अर्थ तयार करणारा माणूस आहे,
आणि अर्थ आहे तोपर्यंतच जगण्याची मला इच्छा आहे.
तुमच्यासारखा केवळ मरेपर्यंत मी जगणार नाही
नाही... मी आत्ताही मरणार नाही...
अश्वत्थामा कोठे आहे?
[गर्भवतीच्या तोंडून हुंदका येतो.]

दुर्योधन : (दीर्घ निःश्वास सोडतो. गर्भवती उठू लागते. तिचा हात
तो एकदम हातात पकडतो. त्याच्या हातात तेव्हाही
असलेल्या ताकदीने आणि ठामपणाने ती चकित होते. तो
काही वेळ काहीही न बोलता हात धरून ठेवतो. मग
खालच्या पट्टीत बोलू लागतो)
स्त्रिये, जा... जा...
याक्षणी मला सर्वात त्रासदायक काही असेल तर मी
आजतागायत ज्या विश्वासावर जगलो त्याविषयी शंका,
कर्ण मारला गेला आणि मला पहिल्यांदा आल्या या
कुशंका.
मुली... तुझं दुःख मला कळत का नाही?
आमच्या या खेळात तुझ्यासारख्या असंख्यांवर अन्याय
झाला असं तुला वाटतं हे मला कळत का नाही?
माझ्यामुळे इतकी माणसे मेली हा सल निर्माण
करण्याइतका या धर्माधर्माच्या चर्चेचा पगडा माझ्यावरही
आहे,

मीही शेवटी माणूस आहे.

(क्षणाच्या विरामानंतर विकट हसतो.)

नाही... मघाशी युधिष्ठिर म्हणाला ते सत्यच आहे.

मी जाणार आता स्वर्गात आणि या नरकसदृश पृथ्वीवर
ते झेलतील असंख्य यातना...

नाही.. माझा विश्वासच बरोबर आहे.

मी घेणार नाही ही पापं वृथा डोक्यावर,

मी जगलो तसाच मरीन,

जा त्या पांडवांकडे आणि कृष्णाकडे, आणि त्यांना
घ्यायला लाव तो भार त्यांच्या माथ्यावर.

तेही या खेळात माझ्याइतकेच दोषी आहेत... जा—

गर्भवती : दोषी कोण? आणि का झाली ही माझी ससेहोलपट?

एकीकडे ते देऊ बघतात त्याला नैतिकतेच्या आणि
धर्माच्या कोंदणाचं फोलपट,

तर दुसऱ्या टोकाला तू दुसरा महामानव बादच करतोस
आम्हाला सरसकट.

आम्हां सामान्यांचीही जबाबदारी काही? हे पण खरे
शांतीकाळात आम्हीच ना माजवले तुमचे देव्हारे
पण तरीही—

दुर्योधन : (तिरस्कारयुक्त स्वरात तिला तोडत) क्षुद्र कीड तू, जा
प्रसव तू आता गर्भवती,

तेवढेच तुझ्यासारख्यांच्या हाती—

(ओरडतो) क्षुद्र कीड तू जा... जा... जा—

[गर्भवती दचकते. तीव्र संतापाने हात उगारून दुर्योधनाला
फटकारण्याचा प्रयत्न करते. दुर्योधन त्याही अवस्थेत
तिचा हात सहजच झिडकारतो. गर्भवती कळवळते. व्यास
आणि सूत्रधार पुढे येतात. तिला घेऊन बाजूला जातात.
काही क्षण फक्त दुर्योधनावर उजेड. अंधार. परत उजेड
येतो तेव्हा मागे परत युद्धभूमीचे दृश्य. अनेक स्त्रिया
प्रेतांमधून हिंडताहेत. पण आता आवाज नाही. व्यास

आणि सूत्रधार गर्भवतीला आधार देत पुढे घेऊन येतात. गर्भवती आता बरीच कण्हत आहे. उघडपणे काही वेळातच ती अर्भकाला जन्म देणार आहे. मागे मृत्यूचे तांडव आणि पुढे हा जन्मसोहळा यातील विरोधाभास दृग्गोचर होईल अशी दृश्य मांडणी.]

सूत्रधार : इथे... आता इथे बस मुली. इथली भूमी अधिक समतल आहे बघ...

म्हणून तर तिची निवड युद्धभूमी म्हणून झाली होती, इथे तुला काही आराम पडतो का बघ—

गर्भवती : (कशीबशी बसत. आता तिची वेळ अधिकच भरत आली आहे. घाम पुसते आणि एक दीर्घ निःश्वास सोडत म्हणते) झालं... आता तरी झालं का सगळं? का अजून काही व्हायचं बाकी आहे?

[सूत्रधार व्यासाकडे बघतो. व्यास मान हलवत म्हणतो]

व्यास : नाही मुली, अजून बरंच काही व्हायचं राहिलं आहे...

येवढ्यात दुर्योधन मरणार नाही. त्याला अश्वत्थामा येऊन भेटणार आहे.

याचा सूड घेण्याचा पण करणार आहे.

त्याच रात्री पांडवांच्या शिबिरात जाऊन द्रौपदीला पांडवांपासून झालेल्या सर्व मुलांची, तिचा भाऊ धृष्टद्युम्नाची, आणि शिबिरातल्या इतरही अनेक लढाईने श्रांत होऊन झोपलेल्या वीरांची हत्या करणार आहे.

मग अश्वत्थाम्याला मारण्यासाठी जे युद्ध होणार आहे, त्यात अर्जुन आणि अश्वत्थामा एकमेकांवर ब्रह्मास्त्र सोडून जगच नष्ट होण्याचा धोका उद्भवणार आहे.

मग अश्वत्थामा ते अस्त्र पांडवांच्या होणाऱ्या वंशजावर — म्हणजे हिच्याप्रमाणेच त्या वेळी गर्भार असणाऱ्या अभिमन्यूच्या पत्नीच्या, उत्तरेच्या पोटातल्या बाळावर सोडणार आहे,

आणि त्यामुळे ते बाळ मृत जन्मणार आहे—

[गर्भवती कण्हते. क्षणिक विराम.]

सूत्रधार : (विषण्ण हसतो) अर्थ बदलतात प्रश्नांचे आणि म्हणून
उत्तरांचेही अर्थातच,
कायम राहते ती व्याकूळता आणि हिंसाच.
टोळ्या, राजे, धर्म वा राष्ट्रवादाच्या नावाने अभिनिवेशी
हूल,
युद्धज्वर पेटवण्यासाठी निव्वळ ही नैतिकतेची झूल.
असोत गदा, धनुष्ये वा विमानदलांचा अणुयुद्धी सायास,
हा खूनच सामान्यांचा, केवळ कुणाचा व्यक्तिगत
महत्त्वाकांक्षी तो सोस,
आजमितीसही त्याला भुलणे हा आत्मघातच खास.
पण मानवाने हे निदान माझ्या काळापर्यंत बदललेच
पाहिजे,
इतिहासाची चिकित्सा कोणी थांबवू पाहत असेल तर
त्याला अडवलेच पाहिजे.
अशा भीतीने भरलेल्या वेळीच माणसाला जाणीव करून
द्यायला हवी तो मुळात खरेतर स्वतंत्र असतो याची,
आणि निवड करायची जबाबदारी असते त्याची स्वतःची.
त्यासाठी हा इतिहास मला पाहिलाच पाहिजे ना मुनिवर,
सांगा तो या उद्याच्या मातेलाही मन करून कठोर—
[व्यास आता थकून, पण जवळ जवळ क्रूर वाटावं अशा
त्रयस्थ, कंटाळलेल्या सुरात बोलत आहे. गर्भवती
अधिकच जोरात कण्हते. त्यामुळे क्षणासाठी विराम घेऊन
व्यास तिच्याकडे बघतो आणि लगेच परत बोलायला
लागतो.]

व्यास : तुला कळून घ्यायचं आहे ना पुढे काय झाले ते?
ऐक, येवढ्यात संपत नाही ते.
अश्वत्थाम्यावर रागावून श्रीकृष्ण त्याला अमरत्वाचा शाप
देणार आहे,
सात अमरांपैकी या एकालाच तो शाप होता, गर्भवती.

जिथे अमरत्व हा शाप होतो असा कालखंड आता चालू झाला, याचंच ते द्योतक आहे.

मग नंतर पांडव राज्यावर आल्यावर राजसूय यज्ञ करणार आहेत.

त्यासाठी सोडलेल्या घोड्यामागे फिरणाऱ्या अर्जुनाला आव्हान देऊन हजारो राजे आणि वीर मारले जाणार आहेत.

त्यानंतर श्रीकृष्णाच्या राज्यात यादवी होऊन त्यांचा पूर्ण समाज समुद्रकिनारी एकमेकांच्याच हाताने मारला जाणार आहे.

नंतर त्यांच्या स्त्रियांना आपल्या संरक्षणाखाली हस्तिनापुराला आणण्याच्या प्रयत्नात असलेल्या अर्जुनावर जार समाजातील लोक हल्ला करणार आहेत. त्यात असंख्य स्त्रिया पळवल्या जाणार आहेत... *त्यांच्यावर बलात्कार होणार आहेत, त्या मारल्या—*

[गर्भवतीच्या तोंडून एक अधिक जोराचे विव्हळणे बाहेर आल्यावर व्यास थांबतो. गर्भवती त्याला 'आता पुरे' असे हाताने खुणावते आणि म्हणते.]

गर्भवती : बास... पुरे.

झालं तेवढ्यातूनच मला चांगलं-वाईट काय, योग्य-अयोग्य काय त्याचा व्हायचा तेवढा उलगडा झाला, पण तरी मूळ प्रश्न उरलेच... काय सांगू मी माझ्या जन्मणाऱ्या बाळाला?

मला तर वाटतंय्... त्या उत्तरेच्या पोटातल्या बाळावर अश्वत्थाम्याने सोडलेले अस्त्र पडून तिचं राजघराण्यातलं बाळ मरण्यापेक्षा,

ते अस्त्र माझ्या पोटातल्या बाळावरच पडावं,

उत्तरेचे ते बाळ आणि त्याच्याच वर्णातल्या इतरांमध्ये पुढे कधीतरी होणाऱ्या युद्धात,

माझ्या बाळाचा बळी जाण्यापेक्षा हे बरं म्हणावं.

(क्षणिक विराम. स्वतःच्या पोटाकडे बघत आणि त्यावरून प्रेमाने हात फिरवत)
नकोच जन्मूस अशा जगात रे बाळा–

व्यास : जीवन हे दुःखमय आणि क्रौर्याने भरलेलेच असते,
आणि हे कळल्यावरही आत्मसन्मानाने आणि स्वस्थचित्ताने ते जगायचे असते.
अविद्येतून येते ती भाबडी स्वस्थता गर्भवती,
त्यातूनच गं सर्व गोंधळ उद्भवती.
या महान संस्कृतीला असंगताचा आणि निरर्थकतेचा हा लागलेला अर्थ खोलवरचा फार,
हेच तर महाभारताचे सार.
ऐक आता शेवट या गोष्टीचा
आणि मग विचारपूर्वक सांग मला तुला लागलेला अर्थ जीवनाचा–
[तेवढ्यात मागच्या युद्धभूमीवर बऱ्याच मंडळींचे, राजस्त्रियांचे आणि पांडवांचे आगमन झाले आहे. सर्वच दुःखी आहेत पण स्त्रिया तर आकांत करत आहेत; रडत, ओरडत आहेत. पण त्यांचा आवाज येत नाही. त्या आकांताचे फक्त दृश्य दिसते. व्यास आणि सूत्रधाराचे लक्ष मागे जाते. गर्भवतीकडे कोणीच बघत नाही. ती काहीशी अंधारातच. आवाज ऐकू येतो तो कोरसचा–]

कोरस : पांडवही येती समरांगणी
घेरती स्त्रिया युधिष्ठिरा हंबरडा फोडुनि

बोलती त्याला कसा तू राजा असा, म्हणविसी धर्मावतारी
आणि मरू देसी असे बाप, बंधू आणि भ्रतारी
कोठे होते चित्त तुझे राजा अरे सूज्ञा
जेव्हा महामह भीष्म आणि द्रोणांना मारण्याची दिलीस तू आज्ञा

काय करशील या राज्याचे आता कुंतीपुत्रा
कसा उपभोगशील ही पृथ्वी पांडुपुत्रा
जिथे नाही आपले पिता आणि भ्राता
जिथे नाही अभिमन्यू, पुत्र तुझे आणि द्रौपदा

खिन्न खिन्न तो विषण्ण आणि रिता
धर्मराज तो पृथ्विविजेता
मानवी अस्तित्वच जणु शाप वाटे त्याला
सकल निष्कंटक पृथ्वीच्याही राजाला
व्यास सांगे कथा या जयाची
का विफलता मानवी जीवनाची

[काही काळ फक्त हमिंग ऐकू येते. मागे हालचाली
चालूच आहेत स्त्रियांच्या गराङ्यातून युधिष्ठिर पुढे येऊन
आंधळ्या धृतराष्ट्राच्या पाया पडतो. दोघे एकमेकांना मिठी
मारून गदगदतात.]

कोरस : सतरा अक्षौहिणी पाच कोटी लक्ष तेरा आणि आठशे मृत्यू
चोवीस हजार एकशे पासष्ट बेपत्ता
जखमी असंख्य तडफडती
धृतराष्ट्र म्हणे हे भरता

इतके इथे वधलेले
मृतांमधील कोणाचे तर आम्हही नसती उरलेले
होणार कशी उत्तरक्रिया या सगळ्यांची
अन्यतः चंगळच तरस आणि गिधाडांची
युधिष्ठिर देई आज्ञा सामुग्री गोळा करण्याची
लाकडे, चंदन, कापडे आणि तुपाची

धडधडती मग हजार चिता
झोपे त्यावर कोणाच्या मामाशेजारी कोणाचा भ्राता

कोणीच नसे ज्यांचे त्यांची पेटे एकच सामाईक चिता
विदुर देई अग्नी तिजला करुनि एकाग्र चित्ता

[मागे अनेक चिता पेटल्याचे दृश्य. प्रकाश लाल झाला आहे. सूत्रधार आणि व्यास त्याकडे बघताहेत. फक्त हमिंग ऐकू येते. अचानक त्या आवाजावर कडी करत गर्भवतीच्या कण्हण्याचा आवाज येतो.]

कोरस : वारंवार कुरुक्षेत्री येताती मनुष्ये
नीतिप्रश्नांची काखोटी मारुनी धनुष्ये
हेचि सत्र चालवण्या परत परत होई हिरवी ही धरती
मानवास आस तीच परत परत, नाव तिचे गर्भवती

[परत काही क्षण फक्त हमिंग ऐकू येते. आता आधीपेक्षाही जोरात कण्हण्याचा आवाज. हमिंग थांबते. दोघेही वळून बघतात. बाळाच्या रडण्याचा आवाज येतो. गर्भवती गुडघ्यावर असलेली, नवजात अर्भकाला हातात धरून आकाशाकडे उंचावते. तिच्यावर लख्ख प्रकाश. चेहऱ्यावर अत्यंत व्यामिश्र पण तरी आनंदाश्चर्य पाहावे असे भाव. बाळाच्या रडण्याचा आवाज मोठा होत जातो. सूत्रधार तिच्या दिशेने येतो. तिच्या खांद्यावर हात ठेवतो. व्यास आकाशात हात उंचावलेला. फक्त या तिघांवरच स्वच्छ पांढरा उजेड. पण त्याला मागच्या लाल ज्वालांची पार्श्वभूमी.]

पडदा